Caught Up On His Presence
(Beautifully Broken Book 2)

Maria-Felomina

(Josa Mae Pimentel)

Ukiyoto Publishing

All global publishing rights are held by

Ukiyoto Publishing

Published in 2023

Content Copyright © Maria-Felomina

ISBN 9789360163235

All rights reserved.

No part of this publication may be reproduced, transmitted, or stored in a retrieval system, in any form by any means, electronic, mechanical, photocopying, recording or otherwise, without the prior permission of the publisher.

The moral rights of the author have been asserted.

This is a work of fiction. Names, characters, businesses, places, events, locales, and incidents are either the products of the author's imagination or used in a fictitious manner. Any resemblance to actual persons, living or dead, or actual events is purely coincidental.

This book is sold subject to the condition that it shall not by way of trade or otherwise, be lent, resold, hired out or otherwise circulated, without the publisher's prior consent, in any form of binding or cover other than that in which it is published.

Dedication

For my gold. Yes, you. Thank you for being so precious and still shining, though you are tired. Continue to see your worth and value yourself.

Contents

That Night	1
Gitara	11
Accidentally Liked	30
Gala With Him	43
Red Flag	56
Him	67
Siya O Siya?	79
Pinahanap	93
Angel	104
Kanlungan	117
Inurong	129
Pangamba	141
Napag-isahan	153
Dati	165
Napagkasunduan	175
Ginto	187
Epilogue	200
About the Author	*213*

That Night

[Adrian]

TAHIMIK kong isinandal ang aking ulo sa headboard ng aking kama habang pilit na naghahanap ng mga kasagutan sa mga tanong na ayaw akong tantanan. Ang ganda ng sikat ng araw ngayon na siyang naaninag ko mula sa labas ng bintana ng aking k'warto. Ramdam ko ang preskong hangin mula sa labas pero hindi iyon naging sapat para maging presko rin ang takbo ng aking utak.

Nang makaramdam ako ng kagaanan ng loob ay agad akong bumangon sa aking kama. Tinungo ko ang maliit na table sa gilid nito saka nagtimpla ng kape. I really need this to calm myself a little down. Matapos 'kong magtimpla ng kape ay lumapit ako sa may bintana para pagmasdan ang mga nangyayari sa labas. Humigop ako ng ilang ulit dito, saka napasinghap. Nang malasahan ko na ito, may biglang pumasok na katanungan sa aking isipan. Bakit kaya ako ang pinili niya?

Hindi ko na lang iyon pinansin kasi hindi ko rin naman masasagutan ang katanungang iyon. Nagpatuloy ako sa pagtanaw sa paligid. Kumunot ang aking noo nang mapagtanto ko kung anong oras na. Nilingon ko ang mala-vintage na wall clock sa tabi ng aking kama. Alas 9 y medya na pala ng umaga. Kaya pala marami ng tao'ng nakikita ko sa labas at lahat sila ay busy sa kagagawa ng kung anu-ano. Humigop ulit ako sa kapeng hawak ko sa huling pagkakataon, saka inilapag ito sa mesa. Agad kong pinasok ang ng c.r. para maligo kasi may lakad ako ngayon. Kailangan kong puntahan ang babaeng pinili ako sa araw na hindi ko magawang kalimutan.

Papaano ko nga ba kakalimutan ang araw na iyon kung ito ang nagbigay sa akin ng kalituhan. Hindi lamang sa aking sarili kundi pati na rin sa ngalan ng pag-ibig. Kalituhang ngayon ko lamang naramdaman. Oo, aaminin kong minsan na akong nalito, pero hindi ganito ka laki ang tama no'n sa 'kin. Tamang kakaiba. Kung iisipin mo naman ito ng lubusan ay maaari kang masaktan dahil ayaw ka nitong tantanan.

Ilang minuto rin ang ginugol ko sa aking pagligo. Kung noon ten minutes lang ay tapos na ako agad. Ngayon naman ay kahit bente minutos, nagagawa ko. Bakit nga ba? Siguro dahil marami akong iniisip. Tama, marami nga. Isa na siya roon.

Napapunas ako sa aking basang buhok nang may biglang nag-doorbell sa labas ng aking unit. Nagtaka ako kung sino ito kasi sa pagkakaalam ko, wala akong inaasahang bisita ngayong araw.

Nang mapagbuksan ko siya, laking gulat ko na lamang nang makita ko ang taong hindi ko aakalaing magpapakita ulit sa 'kin ngayon. Bakit siya nandito? Ano na naman ba ang kailangan niya?

Napalunok ako ng ilang beses dahil sa kaba. Mukhang alam ko na kung ano ang sad'ya niya, tulad ng dati. Matagal-tagal na rin na hindi niya ako ginulo, siguro dalawang buwan na. Ngunit bakit ngayon ay naisipan niyang magpakitang muli?

"P'wede ba akong pumasok?" mahina subalit may pagkaformal niyang tanong.

Maingat kong itinango ang aking ulo bilang tugon. Bumuntong-hininga muna siya bago tuluyang pumasok sa unit ko. Naupo siya sa may upuan sa maliit kong sofa habang tahimik na nagmamasid sa paligid. Naalala ko pa kung paano ko binili ang unit na ito noon. Hindi naman ito masyadong malaki, pero kasya naman ako dito. P'wede rin ito sa dalawang tao o sa mayro'ng maliit na m'yembro ng pamilya. I think I bought this place 2 months ago? Yes, dalawang buwan ang nakalipas simula no'ng piliin ako ni Talia.

I snapped to reality when I heard someone's asking. "May lakad ka?" mahina niya pa ring tanong.

Oh, Jesus Christ, mabuti na lang at nagsalita siya. Muntik ko ng makalimutan na may bisita pala ako. I smiled and sighed. "Yeah, I'm going to check my friend in her place. Why?"

Nakita ko ang marahang paghilot niya sa kaniyang sentido. Tila ba papangaralan niya na naman ulit ako. As usual. "Hindi ka na naman ba sasama sa gig ng tropa ngayon? Matagal-tagal na rin simula no'ng huli nating pagkikita Crisanto. Sana sa pagkakataong ito...

kami naman muna." I let out a deep breath when I heard those words.

Tama nga naman siya, it's been awhile simula no'ng hindi ko na sila sinipot sa mga gig namin. I have reasons, a valid reasons. Maiintindihan din nila ako. I really need to do this para sa kapakanan ng babaeng mahalaga sa akin. Mas kailangan niya ako kaysa sa kung gaano ako ka kailangan ng mga ka-tropa ko.

Kumuha ako ng dalawang can ng beer sa ref at ibinigay sa kaniya 'yong isa. Tinanggap niya naman iyon, saka walang pag-aatubiling buksan ito sabay tungga. I sat on the chair na kaharap sa kinauupuan niya. I crossed my legs, saka tumungga na rin ng beer na hawak ko bago ko siya tinugon.

"Kaya niyo naman 'yon kahit wala ako. I know you can do better without me," I answered casually.

Tama naman talaga ako, they can really do better even without me. Pero aaminin ko na namiss ko rin sila. Miss ko na ang grupo at ang aking pagtugtog kasama sila. Napatingin ako ng deritso sa kaniya dahil sa nagawa niyang pagbuntong-hininga.

"Yeah, we can do better. But with you—we all know that we can do great," natatawa niyang tugon.

Great, I don't think so. Hindi naman ako gano'n kagaling at gano'n ka halaga sa grupo… kaya hindi ko rin masasabing great talaga. Para sa akin, libangan ko lang ang pagtutugtog. I still remember kung bakit ko nga ba naisipan na sumali sa 'Bandang Tropa'. Siguro dahil boring ako sa past life ko o sadyang boring lang talaga 'tong buhay ko.

Napatayo ako sa aking kinauupuan at humarap sa may bintana. I gulped as I calmed myself down. "I need to focus on my studies, Myks."

Napansin kong napatayo rin siya sa sinabi kong iyon. Narinig ko kasi ang mga yabag ng kaniyang paa sa aking likuran. I heard her chuckled and that makes me looked at her direction.

"Nope, not a valid reason, kasi hindi ka naman talaga roon nakapukos. Lahat ng tropa natin, alam namin kung bakit mo nga ba ginagawa 'to."

Fine, wala na talaga akong lusot at this time. Before I forgot, oo, si Myka Aderson pala ang kausap ko. As I remember, she knows me well, kaya wala akong kawala sa mga gagawin kong palusot sa kaniya. Bahagya ko siyang nilayuan nang makalapit siya sa akin nang tuluyan. I can't even give her a little glance kasi ayaw kong binubuko niya ako sa mga nais kong itago sa kaniya.

"Myks, you do understand me naman, 'di ba? She needs me right now." I used to tell her that one using my lower voice.

"And we need you, too, kung alam mo lang, Crisanto. We can't afford to lose you in our team."

"Hindi naman ako mawawala."

She shrugged. "Pero 'yon ang pinaparamdam mo sa amin."

Did I? Wala na akong masabi pa kasi iyon ang naramdaman nila ng tropa. Hindi ko lubos akalain na ang simpleng hindi ko pagsama sa kanila ay iba na pala ang dulot no'n. They think that they might lose me in our team, but I don't have a little plan to do that. All these years naging mahalagang parte sila sa buhay ko. Sila ang unang nagbigay sa aking buhay ng saysay kaya dapat pinapahalagahan ko sila.

Tumungga ako ng dalawang beses sa hawak kong beer, saka siya hinarap ng buong-buo. I need to do this. "Okay, dadalaw ako next time. I can make it up to you, guys," sabi ko na may malaking ngiti sa mukha.

I felt guilty because its been two months since hindi na ako nagpaparamdam sa kanila. Bakit nga ba? After no'ng ginawa ni Talia sa araw na 'yon, doon ko naisipan na 'wag munang magpakita sa grupo. I don't know why dahil kahit ako, hindi ko rin alam kung bakit ko nga ba sila nilayuan.

"Dadalaw lang? Ayaw mo na bang tumugtog, hm?"

"Oh right, tutugtog din ako para sa inyo."

Miss ko na rin ang tumugtog pero never kong namiss ang pagkanta. I can sing, yes, but not that good. Kumakanta lang ako pag gusto ko. Sad'yang pagtutugtog lang talaga ang alam ko. Doon ako naging mahusay at naging tan'yag sa larangan ng musika.

I saw a big smile that was drawn on her face and it makes my heart calm for a moment. "Great, I'll go ahead. Napadaan lang talaga ako kasi nais kang kamustahin ng grupo. And, as what I can see, okay ka naman kaya okay na rin kami."

I'm just lucky, no, blessed for having Myks and the rest of the team in my life. They are really a God's gift to me, owing that they can make me happy even in a little way. "Thank you, Myks. Best regards to them."

Ngumiti lang siya, saka nagpatuloy sa pag-inom. Bigla naman siyang nagsalita na ikinangiti ko nang tuluyan. God, I think I'm gone crazy.

"Aha, wait. You can bring her naman also if you want, para mas lalo kang ganahan sa pagtugtog."

"Tsk."

Ni minsan hindi ko nagawang isama si Talia sa gig ko. Ngayon naalala ko na kung bakit nga ba ako huminto sa pagsama ko sa tropa. She is the reason why I stopped dahil mas pinili ko ang unahin siya kaysa sa nakasanayan kong gawin sa simple kong buhay. Naalala ko pa ang gabi na iyon at kahit kailan hindi ko iyon makakalimutan. Because that night really changed my life into something new. And it kills me inside.

KINAKABAHAN ako habang tinatanaw ko sa may 'di kalayuan ang pinto ng kaniyang condo. Halos araw-araw akong dumadalaw rito, pero palagi pa rin akong kinakabahan. Siguro dahil alam ko namang makikita ko siyang malungkot, tahimik at walang imik.

Hanggang ngayon si Del Franco pa rin ang tumatakbo sa isip niya. Aminado akong talo ako roon. Dalawang buwan na ang nakaraan, pero hindi niya man lang magawang kalimutan ang lalaking nagpasakit sa kaniya nang husto. Kung gano'n, bakit pa ako naririto kung alam ko naman mismo sa sarili ko na wala akong mapapala? It is because she is that important to me. Yeah, she is. Sobra.

Maingat kong hinakbang ang aking mga paa papalapit sa condo niya. Tila ba ang bigat ng mga ito at ayaw akong payagan sa nais kong gawing hakbang. You can do it, Adrian. Ngayon pa ba?

Nang marating ko ng tuluyan ang unit niya. Agad ko itong kinatok kahit na ramdam ko ang mabilis na pagtibok ng aking naguguluhang puso. Kaya mo 'to Adi, tiwala lang. Everything will gonna be okay.

Agad akong napaigtad nang biglang bumukas ang pintuan ng kaniyang silid. Nakita ko ang mala-anghel niyang mukha kahit na wala pa itong hilamos. Nakikita ko talaga ang angkin niyang ganda. I smiled at her pero agad niya akong inirapan, saka tinalikuran. As always.

"What are you doing here? Mangungulit ka na naman ba?" malamig niyang tanong.

"May dala akong pagkain kaya kumain ka muna," pag-iiba ko sa usapan.

Bago ako pumunta rito ay dumaan muna ako sa may malapit na Mcdo sa aking unit. Alam ko naman na hindi niya ito kakain kahit na paborito niya pa ito.

Pero kailangan ko pa rin ang bilhan siya, nagbabakasaling this time, kakainin niya na.

Tiningnan niya lang ako na para bang wala siyang pake sa sinabi ko. She always treated me like this since umalis siya sa mansion ng mga Del Franco. That night really changes everything.

Kung alam ko lang na ganito pala ang maging kahihinatnan ng lahat, e'di sana hindi ko na lang siya hinayaang piliin ako sa araw na iyon. Sana umalis na lang ako nang tuluyan at pinabayaan siya. Pero hindi ako gano'n, ayaw kong iparamdam sa kaniya na wala siyang kakampi at makakapitan. Lalo na't kailangan niya ng karamay that time.

Hindi niya man lang ako binalingan ng tingin dahil nakatuon ang kaniyang atensyon sa kakasulat sa kaniyang talaarawan. "Tapos na akong kumain, salamat."

Mabuti pa ang kaniyang mga k'waderno at ballpen, nagagawa niya pang pagtuonan ng pansin. Pero ako 'tong nandito lagi sa kaniya ay parang hangin lang na hindi niya nakikita. Mas mabuting pa ngang maging hangin na lang ako kasi alam kong kahit she can't see me, she can feel me naman. Siguro.

"Gusto mo mamasyal? Libri ko," masigla kong alok sa kaniya.

Agad siyang umiling kaya alam ko na kung ano ang nais niyang ipaalam sa akin. Hanggang kailan ganito? Akala ko pa naman ay hindi niya pagsisisihan ang desisyon n'yang iyon. Pero bakit parang kasalanan ko pa? Dahil lang ba sa gabing 'yon, magbabago na ang lahat?

Nilapitan ko siya, nagbabasakaling pansinin niya ako. Pero hindi ako nagtagumpay sa aking binabalak nang pagsabihan niya ako gamit ang salitang nagpasakit sa aking puso.

"Umalis ka na lang muna, Adrian. Gusto kong mapag-isa," malamig niyang sabi, saka niya ako tinalikuran at pumasok sa kaniyang k'warto.

Kalma Adrian, hindi niya sinad'yang sabihin iyon, naguguluhan lang siya kaya niya 'yon nagawa. Someday, everything will gonna be fine. One wrong move and everything will be ruin.

Isa lang ang mali ko, at iyon ay ang magpakatanga kahit alam ko namang ayaw niya na akong makita.

Minsan hindi ko maiwasang itanong 'to sa aking sarili, kasalanan ko ba talaga na akong ang pinili niya o baka pinagsisihanan niya na ako ang kaniyang napili?

Gitara

Kailanma'y hindi naging solusyon ang pagtatago para matakasan mo ang iyong problema, minsan kailangan mo itong harapin nang matapos na.

[Talia]

Gusto ko lagi akong nakakulong sa k'warto, walang ingay, madilim ang paligid at walang nanggugulo. Ayaw kong lumabas at magpasikat ng araw, gusto ko rito buong maghapon. Pagod na pagod na ako, gusto ko nang magpahinga.

'Yong pahinga na hindi na magigising. Pahinga na walang mang-iisturbo sa 'yo kasi nasa loob ka na ng kahon na may magagandang palamuting nakasabit dito. Bakit ko nga ba nararamdaman ang mga 'to? Siguro dahil 'yon ang pinaparamdam sa akin ng mundo.

Ewan ko ba, hindi na 'ata siya napapagod na lagi niya akong ginaganito. Para bang pinapamukha niya talaga sa akin na kahit saan pa ako magpunta o kahit na ano pa ang gagawin ko ay sinusundan talaga ako ng kamalasan.

Minsan gusto ko siyang sigawan, sakalin, at tapak-tapakan, pero hindi ko iyon magagawa sa natatangi kong kalaban. Hindi ko ito magagawa sa mundo—sa sarili ko.

Sabi nila 'pag nilayuan ko si Clifton, magiging okay ang lahat. Babalik na ang lahat sa rati at magiging okay na rin ako, pero bakit parang hindi. Mas lalo lang akong nahirapan. Lalo na't napagtanto ko na si Adrian—ang lalaking pinili ko—ah, basta. Naguguluhan ako. Papaano nga ba? Dahil pakiramdam ko mali ang desisyong nagawa ko sa araw na 'yon? 'Yon ba?

"Hoy bruha, anong oras na nakahiga ka pa rin? Kung hindi pa talaga ako nagpunta rito, buong maghapon kang natutulog o nagtulog-tulugan ka lang?"

Hindi ko man naimulat ang aking mga mata, pero narinig naman 'yon ng aking mga tainga.

As always. Gan'yan siya lagi 'pag dumadalaw sa condo ko. Ang ingay, sarap sakalin.

Bakit ano naman ang gagawin ko, magsaya kahit hindi naman ako masaya? Ang hirap na kayang maging isang great pretender, nakakasakal. Gusto ko kung ano ang nararamdaman ko, iyon din ang ipapakita ko sa iba. Iyon naman ang gusto nila, 'di ba? Kaya ito, ginagawa ko na. Walang tinatago, lahat pinapakita.

"Jusko, Talia, para ka ng preso rito, ang dilim ng k'warto mo. Tumayo ka nga r'yan!" dagdag niya pang sabi. "Ang baho na ng k'warto mo, bhe. Naliligo ka pa ba?"

Inilawan niya ang k'warto ko kaya naaninag ko ang presko niyang mukha.

Napaayos ako ng aking upo mula sa aking pagkahiga sa sinabi n'yang iyon. "Hoy g*ga, tanga lang ako pero hindi ko kinakalimutan ang maligo 'no," inis kong tugon sabay irap.

Binuksan niya ang kurtina sa mga bintana ko, saka naupo sa harap ko.

Ahh, ang init na ng paligid hindi ko man lang namalayan. Anong oras na nga pala?

"Ayon nagsalita ka rin! Akala ko pa naman na pipi ka na talaga ng tuluyan," pangungulit niya pa.

Sana nga na pipi na lang talaga ako. Nakakapagod kayang magsalita, lalo na 'pag wala ka namang magandang sasabihin. "Bakit ka ba kasi nandito, Marlot?"

Kinuha niya ang kumot na hawak-hawak ko sabay tapon nito sa aking mukha. Agad ko naman iyong tinanggal nang matapos siyang magsalita. Bruhang 'to!

"Ikaw? Ano'ng drama mo at hindi ka na pumapasok sa trabaho. Jusko, Talia, galit na ang boss ko sa 'yo. Sabi niya... karga kita kasi ako ang nagpapasok sa'yo sa 'Partida Cafe'. Ghurl, sana naman pumasok ka kahit papaano," sunod-sunod na pangaral niya sa akin.

Naalala ko na lang bigla na isang linggo na pala akong hindi pumapasok sa trabaho. Simula no'ng umalis ako sa mansion ng mga Del Franco, kasabay do'n ang paghinto ko sa aking pag-aaral dahil kinarer ko talaga ang paglayo ko kay CK. Hindi lang naman 'yon ang dahilan kundi kasama na rin doon ang hindi ko na kayang paaralin ang sarili ko. Wala na kasi akong mapagkukunan ng pera.

Oo, wala na. Kahit nga pambili ng groceries e. Pero nagawa ko pa talaga ang manatili sa condo na ito kahit wala akong perang pambayad. Sabagay, hindi ko naman ideya 'to 'no, ideya 'to ni Adrian. Siya raw ang bahala sa bayad at sa mga gagastusin ko. Nagtunog Asukal De Fafa ko pa tuloy ang lalaking 'yon.

Ah, basta, walang nag-utos sa kaniya na gawin 'to. Kasalanan niya na 'yon, ang kulit.

"Sabihin mo kay boss, baka next week papasok na ako," walang gana kong tugon.

"Ano ka AU? Si boss pa talaga ang paaantayin mo kung kailan ka papasok? Aba Talia, mukhang sumusobra ka naman 'ata kung gano'n," natatawa ngunit may pagkaseryoso niyang sabi.

Bumuntonghininga ako kagaya ng nakasanayan kong gawin. "Okay fine, bukas," I paused. "Oo, bukas na bukas papasok na ako sa trabaho," I added.

"Dapat lang ano? Baka nakakalimutan mo, may dalawa kang kapatid na nag-aaral kaya kinakailangan mo talaga ang kumayod. Hindi 'yong tutunganga ka na lang dahil sawi ka sa pag-ibig o blahblahblah."

Hindi ko na narinig ang iba niyang sinabi kasi iniwan ko siya sa k'warto at naisipang pumunta sa kusina para makapagluto ng makakain.

There, I realized na kailangan ko talaga ang kumayod o ang magsikap para sa mga kapatid ko. Oo, huminto ako sa pag-aaral dahil wala na akong pera, pero hindi ibig sabihin no'n na kailangan ding huminto ang mga kapatid ko. Mas kailangan nila ang edukasyon kaysa sa akin. Ayaw kong iparanas sa kanila ang mga nararanasan ko ngayon.

Hindi ko pa rin alam kung papaano ko gagawin ang nasabi sa akin ni Tatay tungkol kay Nanay. Mukhang hindi ko pa siya kayang harapin, saka na siguro 'pag okay na okay na talaga ang lahat... at okay na rin ako.

Tahimik lang ako habang nagluluto ng scrambled egg at tuna na siyang panghuling kunsomo ko ngayong araw. Kailangan ko talaga ang lumabas pagkatapos nito para bumili ng aking mga kakainin. S'yempre kasama na ang mga importanteng gamit dito sa bahay. Kahit papaano may kunting natira pa naman sa sahod ko noong isang buwan.

"Oh, ano na ang plano mo sa buhay mo, girl?" tanong niya na siyang nagpatigil sa akin ng ilang segundo.

Hindi nakatiis, sumunod pa talaga?

Ano nga ba? Hindi ko alam. Basta ang gusto ko lang ay ang takasan ang mundo. Magmukmok at magtago sa madilim kong k'warto.

Ni isang salita ay walang lumabas sa aking bibig sa tanong na iyon ni Marlot. Pinagpatuloy ko na lamang ang aking pagluluto. Ilang sandali pa ay natapos ko rin ito, saka kumuha ng pinggan, kutsara't tinidor para makakain na.

A moment after, saka pa nagsalita ulit si Marlot. Hindi ba siya napapagod sa kakakulit sa akin? Kasi ako, pagod na.

"Hindi habang buhay Talia ganito ka na lang. Magtatago, magmukmok, at laging ganito. Hindi 'yan magbibigay sa 'yo ng kasagutan sa mga problema mo," she explained.

I know but I don't even have a little care about that. Ito ang gusto ko, kaya ito ang gagawin ko.

Hinintay niya ako ng ilang sandali para tugunin siya, pero hindi ko ginawa 'yon. Nang maramdaman niyang ayaw ko talaga ang magsalita ay saka niya pa naisipang magpatuloy.

Tiningnan niya ako na puno ng sensiridad sa kaniyang mga mata. "Seryoso, Talia, ngayon ba na ginagawa mo ang lahat ng 'to, nagiging okay ka ba? 'Di ba... hindi?" she paused to calmed herself. "Kasi hindi naman talaga ito ang solusyon. Oo, nakatakas ka kay Clifton. Pero girl, hindi sa lahat ng pagkakataon kaya mo siyang pagtaguan. Minsan kailangan mo ring isipin na si destiny ang may hawak ng lahat, hindi ikaw."

Napatigil ako sa aking kakanguya sa pagkain ko dahil sa sinabi niya. Nag-sink in sa utak ko lahat at doon ko napagtanto na tama nga naman si Marlot. Hindi sa lahat ng pagkakataon pagtatago ang solusyon kasi mas lalo pang gugulo at lalaki ang sitwasyon. Pinasok ko ang gulong 'to kaya dapat haharapin ko ito ng buong-buo.

Mayamaya ay mas lalong napukaw ang aking atensyon nang maramdaman ko ang pagtalikod ni Marlot para makaalis. Natakot ako na baka nagalit na rin siya sa akin kaya nagawa ko siyang pigilan nang magsalita ako.

"You're right," basag ko sa aming katahimikan na siya namang ikinalingon niya sa akin. "Tama ka, Marlot. Ang lahat ng kagagahang ginawa ko ngayon ay hindi solusyon sa mga problema ko." Nabasag ang boses ko. Nakita ko rin ang dahan-dahan niyang paglapit sa 'kin. "I'm sorry for being a coward. Promise, hindi na ako magtatago, magmumukmok at mag-e-emo. Magiging palaban na ako kagaya no'ng dati," nakangiti kong sabi sa kanya.

Nang matapos kong sabihin sa kaniya iyon, laking gulat ko na lamang nang bigla niya akong yakapin. Napayakap din ako sa kaniya. "I missed you, girl," madamdamin niyang sabi.

I missed her, too, sobra. Siguro ito na ang tamang panahon para harapin ko ulit ang mundo. Two months and One week is enough para maging duwag. Kaya ito na, lalaban na ako para sa ikabubuti ng lahat.

UMAGANG-UMAGA pa pero sobrang dami na ng mga customer na nandito ngayon sa Partida Café. Kaya pala hinahanap na ako ni boss at nagpupumilit si Marlot na makapasok agad ako sa trabaho kasi ganito pala karami ang mga taong pumupunta rito. Isang linggo lang akong absent, pero feeling ko ang dami ko ng nakaligtaan na mga events sa Café. Tulad ng papaano nagkaroon ng maraming customers dito? Eh, kung minsan nga amag ang Café na 'to kasi walang pumupuntang mga tao para bumili.

Pagkapasok ko rin kanina, nagtaka rin ako kung papaano nag-iba ang disenyo o ang tema rito. Sa pagkakaalam ko, bago ako umabsent ay kulay pink ang theme nito, pero bakit ngayon mala-vintage na?

Hindi sa pagiging oa o advance mag-isip,

pero this theme reminds me of someone. Yeah, tama- it reminds me of Adrian. Teka, speaking of that monkey, kamusta na kaya siya? Simula kasi no'ng tinarayan ko siya ro'n sa condo no'ng dinalaw niya ako, hindi na siya ulit nagpakita sa akin. Galit kaya siya? Possible.

Bigla akong napatigil sa kakaisip ng kung anu-ano nang may biglang nagsalita na siya namang ikinataranta ko. "Oh, girl, 'wag kang tutunganga r'yan. Ang daming nag-aantay na customer, oh. Jusko, Talia, come one. Bilisan mo na! Kilos!"

Kagaya ng sinabi ni Marlot, agad akong kumilos, saka dinala sa table number 6 ang order nilang kapeng barako. Napapansin ko lang, maaga pa ngayon pero bakit maraming nagkakape ngayong araw? Siguro dahil nasasarapan sila sa kape dito or what? Parang may something talaga, e.

"Enjoy your coffee, Ma'am, Sir!" nakangiti at masigla kong sabi sa nahatiran ko ng order.

Akmang tatalikod na sana ako sa kanila nang biglang nagsalita si Mr., kaya napatigil ako.

"Miss, if you won't mind, can you take us a picture?" nahihiya't nakangiti niyang tanong.

Hindi na ako nagdadalawang-isip pa at agad kong kinuha ang digital cam niya para sa picture taking.

"Sure po, no worries!" Inayos ko ang camera niya, saka umakto na kukunan ko na sila ng litrato. "Smile po. Say happy!"

"Happy!" sabay sabi nang dalawa.

Ang galing ko talagang mang-uto. Sinunod talaga?

CLICK* pang IG ang pagkakuha ko no'n.

"Awe, ang cute po ninyo," masayang komento ko sa magkasintahang nasa harap ko.

Hindi ko alam kung lovebirds ba talaga sila, basta iyon ang intindi ko kung ang gaano sila ka close sa harapan ko ngayon ang pagbabasehan.

"Thank you," pagpapasalamat ni girl.

Ibinigay ko agad sa kaniya ang digital cam, saka naisipang magpatuloy sa binabalak kong naudlot. Hindi pa man ako nakagawa ng hakbang, bigla na lang akong natigil nang may narinig akong eco ng mikropono.

Anong mayro'n? Agaran kong tanong sa aking isipan.

Nilingon ko naman kung saan nanggaling ang eco na iyon. Laking gulat ko na lang at napahinto ako sa aking kinatatayuan nang may nakita akong gitara sa may 'di kalayuan mula sa aking kinaroroonan.

Gitara, iyon 'yong instrumento na hindi ko magawang kalimutan, sapagkat nakita ko kung papaano niya 'yan kinaskas sa gabing 'yon.

Dahan-dahan kong inangat ang aking mata upang malaman ko kung sino ang may hawak ng gitara. Gano'n na lamang kalaki ang gulat ko nang makita ko kung sino siya. Adrian?

Pero paano siya nandito? Nakanganga lang ang bibig ko dahil sa labis na pagtataka. Ilang sandali lang ay bigla akong napukaw sa aking reaksyon nang magsalita siya na naging dahilan sa pagsisigawan ng mga tao.

Ngayon ko lang napagtanto, kaya pala marami ng customers ang pumupunta rito dahil dito sila tumutugtog? Kailan pa?

"Good morning, mga ka Bandang Tropa! Isang panibagong umaga na naman. Umagang puno ng pasasalamat dahil sa mga biyayang hindi ipinagkait sa atin ng Diyos," nakangiting pasimulang sabi ni Adrian. Nakatitig lang ako sa kaniya habang siya ay nanatiling nasa mga tao ang buo niyang atensyon. "Handa na ba ang inyong mga tainga?" masigla't masaya niyang tanong sa mga tao.

"Handa na!" sabay-sabay na masigla nilang sagot.

May pa gano'n? Lakas ng trip, ha.

Tumango-tango naman si Adrian. "Kung gano'n,.ihanda na rin nin'yo ang inyong mga puso para sa kantang ito," dagdag niya pa.

Sa pagkasabi niyang iyon, nag-umpisa ng tumugtog ang kaniyang mga kabanda... lalo na siya.

Naalala ko na lang bigla. It's been two months since hindi ko na siya naririnig at nakikitang tumutugtog. I don't know why, pero ang saya ng puso ko sa nakikita ko ngayon na hawak-hawak ang kaniyang gitara. Adi.

Mas lalo akong hindi makagalaw sa aking kinatatayuan nang marinig at mapansin ko ang kantang kanilang pinapatugtog.

Ang 'When I Met You' ng 'Apo Hiking Society'.

Biglang huminto ang pag-ikot ng aking mundo dahil sa mala-santong nakatayo sa harapan ko. Bigla namang tumigil sa pag-ikot ang takbo ng orasan nang bigla-bigla ko na lang siyang naipasok sa aking isipan.

May kung ano sa puso ko ang kumirot nang maalala ko sa gitna ng pagkanta niya sa ikalawang stanza na hindi pala kami bati, hindi kami magkaayos.

"Ayan!" Laking gulat ko na lamang nang biglang itinakip sa akin ni Marlot ang isang panyo sa aking bibig. Tiningnan ko siya ng masama dahilan ng magsalita siyang muli. "Nakanganga kasi. Kanina ko pa napapansin na tumutulo 'yang laway mo. Kaya ayan, punasan mo muna," pang-iiinis niyang sabi sa akin.

Wala na akong nagawa kaya kinuha ko ang panyong iyon sabay punas sa 'king bibig kahit wala naman talagang laway na tumutulo. Nang mapansin ko na napatahimik siya, doon na ako nagkaroon ng lakas ng loob para magtanong sa kaniya.

Pero bago ko pa naman siya tinanong, nagawa ko munang pakalmahin ang aking sarili. "Papaanong nandito ang banda nila Adrian, Marlot? I mean—"

"Simula no'ng umabsent ka, siya ang sumalo sa tungkulin mo para hindi ka malawan ng trabaho," putol niyang paliwanag sa tanong ko.

Wala akong nagawang ni isang salita sa sinabing iyon ni Marlot. Para akong natauhan o nahiya sa pinanggawa ko kay Adrian.

Sa kabila ng hindi ko pagkausap sa kaniya nang maayos, ito pala ang kabutihang ginagawa niya habang wala ako?

GABI na nang matapos namin ang mga kailangan naming ayusin sa Café bago namin napagdesisyonan ni Marlot na umuwi. Masakit na rin ang paa ko sa kakatayo. Gano'n din ang aking likod dahil sa sobrang dami ng customers kanina.

Nasagot ko na rin ang katanungan ko tungkol sa malaking pinagbago sa Partido Cafe. Hindi ko aakalain na isa si Adrian ang dahilan kung bakit ito mas lalong gumanda. Hindi rin maalis-alis sa isip ko kung papaano niya ginawa ang mga bagay na iyon para sa akin.

Ewan, pero no'ng marinig ko kay Marlot ang mga katagang iyon, may kung ano sa puso ko ang nakukunsensya. Siguro dahil naging matigas ako kay

Adrian. Until now, hindi ko lubos akalain na nakaya kong tratuhin si Adrian nang hindi maayos. Like, he's been a good friend to me. Pero ako, ang sama ko sa kaniya. At dahil do'n sa nalaman ko, hindi ko alam kung papaano ko nga ba siya haharapin kung magko-cross ulit ang landas naming dal'wa.

Isang malalim na buntonghininga ang nagawa ko nang tuluyan ng maisarado ni Marlot ang Café. Kami talaga lagi ang nahuhuli sa paglabas dito, kung wala ako, siya lang mag-isa. Sa amin kasi ipinagkatiwala ni boss ang Café kasi alam niyang mapagkakatiwalaan kami.

Ilang ulit akong humikab nang makaramdam ako ng antok. Kasabay naman doon ang pagbanta ni Marlot sa paglalakad para tuluyan na kaming makauwi. Hindi pa man kami nakalakad ng tuluyan ay bigla kaming natigilan nang may narinig kaming nagsasalita sa gilid.

"Sumabay na kayo sa akin, Escober," sabi ng isang pamilyar na boses na siyang nagpatigil sa amin. Escober?

Hindi ko mabilang kung ilang beses akong napalunok nang makita ko siyang nakasandal sa kotse niya. Kinakabahan ako, natataranta. Hindi ko alam ang gagawin ko, para akong tanga. Relax Talia, siya lang 'yan.

"Nako, Adrian, mabuti pa nga. Pagod na rin 'tong mga paa ko sa kakatayo kanina kaya ihatid mo na lang kami," tugon sa kaniya ni Marlot.

"Marlot—"

"Nako friend, 'wag ka ng choosy, ano? Biyaya na 'to, tatanggihan mo pa ba?"

Wala na akong nagawa pa kasi hinatak niya na ako papasok sa kotse ni Adrian. Pareho kaming dalawa na nasa backseat, naghihintay kong kailan aandar ang kotse.

Ilang segundo na ang lumipas pero hindi pa rin ito umaandar. Kunot noo akong napalingon kay Marlot dahilan ng magsalita siya ulit.

"Yoohoo, Izrael? May hinihintay pa ba tayo?" nakakairitang niyang tanong.

"Dito ka sa harap Escober nang makaalis na tayo," malamig niyang utos.

Halos lumuwa ang mata ko sa pagkagulat sa sinabi niyang iyon, gano'n din si Marlot. Anong drama 'to, Crisanto?

"Yon naman pala. Nako friend, lipat ka na ano? Para makaalis na rin tayo, ang haharot nin'yo," natatawang pag-iinis sa akin ni Marlot.

I have no choice. Agad naman akong lumabas ng kotse nito, saka lumipat sa front seat. Nang nakaupo na ako, mas lalo akong nagulat sa sumunod na pangyayari nang bigla niya akong... sinuotan ng seatbelt!

"Kinakalimutan na naman kasi," nakangiti niyang sabi.

Hindi ka pa rin nagbabago, Adrian. Ang bait at nag-aalala ka pa rin sa akin hanggang ngayon.

Nag-iba naman bigla ang aking reaksyon nang tumikhim si Marlot sa likuran. "Guys, I'm here. So please... respect may pagka-inosente naman. Please lang," arte niyang komento.

Napaayos naman si Adrian sa sinabi niyang iyon, saka naisipang paandarin ang kaniyang sasakyan.

Tahimik lang kami habang binabaybay namin ang daan pauwi. Ni isang tingin ay hindi ko nagawa sa kaniya. Nahihiya ako, baka kasi isipin niya na nakatitig ako sa kaniya, saka basta. Parang 'di ko feel.

Kahit saan-saan na ako dinadala ng utak ko. Bigla na lang akong nagising sa realidad nang tumunog ang cell phone ni Adrian. Ewan ko, pero bigla akong nakaramdam ng selos nang makita ko kung sino ang tumatawag sa kaniya. I can't forget that girl.

"Myks." Ang magandang babae na kabanda niya.

Ayaw kong ibaling ang aking atensyon sa kaniya, lalo na't may kausap siya sa kabilang linya. Napatingin ako sa may salamin sa kaniyang kotse, kaya nakita ko si Marlot na parang tangang nakikinig kay Adrian. Isang dakilang Marites.

"Yes, sure," simpleng tugon niya sa kausap. "Yeah, I'll see you later. Ingat ka rin." Saka pinatay ang tawag.

Tatanungin ko sana siya matapos niyang patayin ang tawag na iyon. Nais ko lang itanong kung saan siya pupunta pagkatapos kaso, naunahan niya na akong magsalita. "Talia, si Marlot muna ang una nating ihatid kasi mas malapit ang sa kanila kaysa sa condo mo."

Tumango lang ako sa sinabi ni Adrian bilang tugon. Mga ilang minuto rin ang binyahe namin nang bigla na lang tumigil ang kotse niya. And like what he said, una niya ngang hinatid si Marlot.

"Oh, friend, dito na ako. Bukas mo na lang dalawin ang mga bata baka kasi at this time pinatulog na sila ni Mama," habilin niya sa akin.

Yes, nasa kanila Marlot pa rin ang mga kapatid ko. Umuwi na rin ang Mama niya kaya ayon, naging malapit sa mga kapatid ko at ayaw ng tantanan. Malaki na rin daw si Marlot, busy na sa trabaho kaya gusto niyang alagaan sila ni Beng habang hindi pa namin nakikita si Nanay.

Hindi ko lubos aakalain na sa mismong araw ng pagalis ko sa mansion ay maraming mangyayari. That time umuwi rin si Tita Maribic, ang Mama ni Marlot galing Canada. Tapos na raw kasi kontrata niya roon bilang OFW kaya umuwi siya.

Naalala ko pa kung paano ako nakita ni Tita no'ng pumunta ako sa bahay nila sa araw na iyon.

"Marlot?!" tawag ko sa kaniya nang marating namin ni Adrian ang kanilang bahay.

Naghintay ako ng ilang sandali, nagbabakasakaling tumugon siya. Ngunit laking gulat ko na lamang nang ang kaniyang ina ang bumukas ng pintuan.

"Oh Talia, napaano ka n'yan? Bakit gan'yan ang itsura mo?" gulat at puno ng pagtataka niyang tanong sa akin. "Teka, bakit may maleta kang dala, saan ka ba pupunta?" dagdag niya pang tanong. Sasagot na sana ako kaso nagtanong na naman siya ulit nang makita niya ang kasama ko. "Oh, sino naman itong kasama mo? Magtatanan ba kayo?!"

Dahil sa sinabi niyang iyon, hindi ko na napigilan ang sarili kong mapasigaw sa kaniyang mga katanungan. "Tita?! Hindi po, kaibigan ko si Adi."

"Good evening, po," Adi greeted her formally.

Tumango lang siya bilang tugon. "Teka nga po, ako dapat ang nagtatanong sa inyo, e. Ano'ng ginagawa niyo rito? 'Di ba dapat nasa abroad kayo?"

Hindi niya nagawang sagutin ang tanong ko nang lumabas si Marlot mula sa loob ng bahay. "Oh, anong oras na Ma, ba't ang ingay mo—Talia?" Gaya ng kaniyang ina, nagulat din siya sa itsura ko.

Sino ba naman ang hindi magugulat kung…

"Bakit ang kalat ng buhok mo? Bakit may maleta ka? Naglayas ka ba? Bakit kasama mo si Izrael?"

Like mother, like daughter pa nga.

Tahimik lang si Adi sa likod na siyang may hawak ng aking maleta. Bumuntonghininga muna ako bago ko sila tugunin na siyang nagpakalma sa dalawa.

"P'wede ba, Tita, Marlot, papasukin niyo muna kami para naman makapag-usap tayo ng masinsinan. Ang dami niyong tanong e, hindi ko ma-carry," pagsasabi ko sa mga ito.

Sumang-ayon naman sila sa akin dahil nakita ko ang pagtango nila. "Mabuti pa nga," si Marlot.

Dahil do'n nasabi't naik'wento ko nga sa kanila ang lahat ng nangyari. No'ng una nagulat at naguluhan sila sa pinanggagawa ko, pero kalaunan ay naintindihan din nila ako.

"Girl? Hoy, Talia?!" pasigaw na tawag sa akin ni Marlot na siyang ikinagising ng diwa kong namamasyal kung saan-saan.

Ano nga 'yong sinabi niya?

"Ahh—sige, Marlot, bukas ko na lang sila dadalawin," nabubulol kong sagot.

"Okay, ingat kayo pauwi." Nagbeso siya sa akin sa sinabi niyang iyon. "Izrael, ingatan mo 'to para hindi kita mabalatan ng buhay." Baling na paalala niya kay Adrian.

"I will, Marlot. You don't have to worry, she's safe with me," kalmado at nakangiting tugon niya sa kaibigan ko.

I cleared my throat. "Pakikamusta mo na lang ako sa kanila, saka ikaw na'ng bahalang mag-explain kay Tita kung bakit hindi na ako pumasok sa loob."

"Yeah, bye!" Ngiti lang ang nagawa ko sa kaniya, saka tuluyan na siyang pumasok sa loob ng bahay.

Lunok, pang ilang lunok ko na nga ba 'to? Hindi ko na mabilang. Para akong ewan nang kami na lang ni Adrian ang naiwan sa kotse niya. Naramdaman ko naman ang muling pagkabuhay ng makina ng kaniyang sasakyan na nagbabanta sa pag-andar.

Tahimik lang kaming dalawa at ni isa sa amin ay walang nagsalita. Tinuon ko na lang ang aking atensyon sa daan para hindi ako antukin.

Para kaming hindi magkakilala ni Adiran sa puntong ito. Feeling ko para kaming wala lang sa isa't isa. Bakit kami umabot sa ganito? Bakit ba kasi naging oa pa ako? Sa katunayan, wala naman talagang kasalan si Adrian, sadyang ako lang 'tong g*ga.

"Bakit ang manhid mo na ngayon, Talia?"

Tanong na siyang hindi ko inasahang manggagaling sa bibig niya. Napalingon ako sa kaniyang gawi. Nuhuli ko naman siyang nakatingin din sa akin. Ngayon ko lang napansin na tuluyan niya na pa lang hininto ang kaniyang kotse.

Teka, ano? Ako, manhid?

Accidentally Liked

Kung pagod ka, ako rin. Pero alam mo ba kung ano ang pinagkaiba natin? Ako, lumalaban, pero ikaw, hindi na.

BAKIT ang manhid mo na ngayon, Talia?

Hindi ko alam kung ilang beses ng nagpabalik-balik sa utak ko ang tanong ni Adrian sa akin kagabi. Itinulog ko na nga, pero ayaw pa rin akong tantanan nito.

Bakit niya kaya natanong 'yon? Manhid na ba talaga ako?

Siguro napapansin na ni Adrian na medyo naging mailap na ako sa kaniya nitong mga nakaraang buwan, hanggag nagyon. Hindi ko rin alam kung ano nga ba ang nangyayari sa akin–sa amin. Nagising na lang ako isang araw na hindi na kami okay. Siguro dahil ayaw pa ring tantanan ni CK ang utak ko.

Oo nga pala, kamusta na kaya ang lalaking 'yon? Bakit kahit nakalayo ako sa kaniya, pakiramdam ko naman ay hindi ko pa rin siya kayang kalimutan. Para bang pinapahirapan pa ako lalo ng desisyong gawa ng katangahan ko.

"Ate Talia, sabi ng teacher namin magkakaroon daw kami ng Mother and Daughter's Day." I snapped to reality when I heard my brother's talking. "Ikaw ba ang dadalo o si Mama M na lang?" he added.

Gano'n na nga siguro kalayo ang nilakbay ng utak ko kasi muntik ko ng nakalimutan na nasa pamamahay pala ako nila Marlot. Maaga akong pumunta rito para kamustahin sila. Miss ko na rin kasi ang mga kapatid ko. Kung ako lang ang pasasabihin, gusto ko sa condo ko na rin sila tumira, kaso hindi muna sa ngayon. Lalo na't wala pa akong sapat na pera para sa aming tatlo.

Sometimes, I can say that life is really unfair. Kung sino pa 'yong taong nangangailangan ng paglingap, sila pa 'yong pinagkakaitan ng mundo. Bakit kaya? Siguro dahil iyon ang pinapaniwalaan natin kahit na hindi naman dapat.

Minsan natatanong ko rin sa sarili ko, kung hindi ako pinanganak sa mundong 'to bilang si Talia, ano kaya ang buhay na mayro'n ako ngayon? Masaya ba? Maganda? Walang problema't malayo sa lungkot? O, ganito pa rin?

Pero dahil tao tayo, lahat ng 'yon mararamdaman natin kahit na saan mang katawan o buhay pa tayo mapunta. Life is full of surprises. Kaya hintayin mo lang ang munti niyang surprisa para sa'yo.

"Ate, nakikinig ka ba?"

"Ah, oo, i–ikaw, sino ang gusto mong isama? Si Tita ba o si Ate?" nabubulol kong tanong. "Gusto mo si Ate ang sasama sa'yo?" Ginulo ko ang buhok niya nang maitanong ko iyon sa kaniya. Pilit niya namang tinanggal ang kamay ko, tinigil ko na lang ang aking panggigigil sa kapatid kong lalaki.

Natutuwa ako kasi nakikita ko si Beng at Tonton na seryoso sa kanilang pag-aaral sa kabilang ng nangyari sa pamilya namin. Hindi ko mawari kung papaano nakayanan ng mga kapatid kong mag-moved on sa mga nasaksihan nila mula sa aming mga magulang. Kaya minsan sa kanila ako humuhugot ng lakas ng loob. Kung sila nga nagawa nilang mag-moved on at ipagpatuloy ang buhay, ako pa kaya?

Kung sila ni Beng at Tonton nakayanan nila, paano kaya si Allan? Magkasama pa kaya sila ni Nanay ngayon? Okay lang kaya sila? Nando'n pa rin ba sila sa Quezon?

"Baka kasi Ate may work ka kaya si Mama M na lang ang ipapadalo ko. Okay lang ba 'yon?"

Tumango-tango ako sa kaniya. "Oo naman, Ton. 'Yon ay kung gusto mo rin. Ang akin lang kasi, baka mukha't kagandahan ang labanan sa programa niyo na 'yan. Nako, baka matalo ka kung si Tita ang isasama mo." I chuckled. "Kawawa ka 'pag nagkataon." Nakita ko naman agad si Tita na napatayo sa kaniyang kinauupuan.

Iniwan niya na lang bigla si Beng na kaniyang inaayusan dahil sa narinig niyang pinagsasabi ko sa aking kapatid. Nang makatayo na siya, bigla siyang huminto sa may harap namin ni Tonton.

"Hoy, Tonton, 'wag kang magpapaniwala riyan sa Ate mo. Wala naman 'yang alam sa pagpapaganda," pagrereklamo niya sa sinabi ko.

Bigla naman akong nagulat nang magsalita si Beng na nasa likuran nito na tumatawa. "Tama ka riyan, Mama M!"

"Beng?" angal ko sa sinabi niya. "Ako ang Ate mo kaya dapat sa akin ka kumampi."

"E, tama naman talaga si Mama at Beng, frenny. Kaya ka nga siguro sawi sa lovelife mo kasi talo ka sa looks," sambat ni Marlot sa usapan nang may usapan.

Napaawang ang aking bibig dahil sa pinagkaisahan nila ako. Umuusok ang ilong kong tumingin sa kanila dahil sa inis.

"Eh, ano naman ang connection do'n?" taka kong tanong. Napatayo ako mula sa aking pagkaupo, ssaka nagsalitang muli. "Wala naman sa looks ang basehan kundi nasa ugali 'yon."

"Lumang tugtugin na 'yan, Talia. Kung nasa ugali e, bakit ang daming mababait ang walang syota kagaya mo?" tanong niya na ikinatahimik ko. "Iba na ngayon girl, practical-an na. Kung hindi ka maganda, wala kang boylets. Kaya nga 'yong iba r'yan kung napapansin mo, dinaan na lang sa landi e," natatawa niyang dagdag.

Kumunot ang noo kong tumingin sa kaniya. Sabagay, sa mga telenobela, palabas at libro na nga lang ngayon nakikita at nababasa na may posibilidad na ang g'wapo ay iibig sa hindi maganda. Lahat na lang nasa fictional world. Wala na sa totoong buhay, hindi na nag-eexist.

Kaya nga siguro ang dami ng hindi naniniwala sa pag-ibig ngayon, kasi 'yong iba hindi na talaga love ang pinagbabasehan kung bakit sila nagpakasal o nagustuhan nila ang isang tao kundi nasa itsura na. Mas madali pa nga sa iba ang maglaro kaysa umibig. Mas natatakot pa silang mabuntis kaysa magkasakit ng HIV. Pero ako, aminadong una akong magkagusto sa mukha, pero alam kong sa huli… sa ugali pa rin ako ma-iin love.

"Ah, kaya ka pala walang lovelife kasi talo ka rin sa looks," seryoso kong tugon sa kaniya. Hindi kumibo si Marlot sa sinabi kong iyon, pero nahuli ko siyang inirapan ako. Pikon?

Naramdaman kong palapit sa akin si Tita. Hinawakan niya bigla ang aking balikat nang tuluyan siyang makalapit sa akin. Napatingin naman ako sa kaniya ng seryoso.

"Pero 'wag kayong mag-aalala mga anak. Ang gan'yang mga mukha, hinahabol 'yan ng mga Hello Dear," ngiti niyang sabi.

Narinig ko ang marahang pagtawa ni Marlot. Naguguluhan naman ako sa sinabi ni Tita. "Ano po ang ibig niyong sabihin?"

"Hello dear," sabi niya pa. Napabitaw siya sa pagkahawak sa balikat ko at seryoso akong tiningnan. "Jusko, Talia, hinidi mo alam? Wala ka bang FB o socmed accounts man lang?" gulat niyang tanong.

"Mayro'n naman po akong Facebook account."

Tumawa na siya ng tuluyan sa naging tugon ko. "Jusko, Hello dear means mga Arabu. 'Di ba, madalas silang magsesend ng message sa 'yo. Tapos sasabihin nilang, hello dear, you look so beautiful kahit hindi naman talaga gano'n."

Nagpekeng ngiti na lamang ako sa sinabi niya kasi hindi ko talaga siya gets. Teka, kailan nga pala ako last nag-online? Tama, huli na 'yong kinantahan ako ni Adrian, 'yong nag-vc kami as a friend.

"Ang layo naman ng inabot niyo. Tanong ko lamang naman is kung sino'ng sasama sa akin sa program namin," basag ni Tonton sa amin. Napatingin naman kaming lahat sa kaniya sabay tawa.

"Basta Ton, si Mama na ang sasama sa 'yo. Final answer na 'yan kasi 'tong Ate mo may trabaho, okay?"

"Ay-ay, Ate Marlot," masaya niyang tugon.

"Goods." Sabay kurot sa malulusog na pisngi ni Tonton. Sa wakas, bumalik na rin ang malusog niyang katawan, gano'n din si Beng. Sa akin naman ibinaling ni Marlot ang atensyon niya kaya napakilos na rin ako sa sinabi niya sa akin. "Oh, sya, friend, alis na tayo baka papagalitan na naman tayo ni boss 'pag nagkataon."

"Mabuti pa nga. At ako naman ay ihahatid ko na ang mga batang 'to," si Tita.

Nilapitan ko una si Beng sabay yakap sa kaniya, tapos si Tonton din para makapagpaalam. "Ingat kayo sa school, hah?" Tumango naman sila sa akin. "See you mamaya." Saka inayos ang aking gamit para makaalis ng tuluyan.

NAPAHINTO sila ni Adrian and his friends nang makita nila kami ni Marlot papasok sa Café. Sobrang napaaga 'ata kami ng pasok ni Marlot kasi wala pang mga customers ang nandidito sa Café. Pero bigla na lang akong nagtaka kung papaano sila nakapasok dito kung si Marlot lang ang siyang may hawak ng susi.

"Marlot, hindi ka na namin hinintay. May susi naman si Crisanto kaya binuksan na namin," pagpapaliwanag ni Myka sabay tingin kay Adrian.

Ang simpleng paliwanag na iyon ni Myka Anderson ay siyang nakapagbigay ng kasagutan sa aking tanong.

Tumango naman si Marlot sa kaniya, para bang okay lang na sila ang nagbukas sa Café. Close ba sila? "Okay lang 'yon. Mas mabuti nga para maagang magbukas ang Café," she replied. "Wala pa ba si Boss?" tanong niya pabalik sa kanila ni Adrian.

Hindi pa man nakagawa ng tugon ang isa sa kanila ni Adi sa tanong na iyon ni Marlot, ako naman ay tinungo ko ang desk namin sa Café para ilapag ang aking mga gamit na dala. Sumunod naman si Marlot sa akin.

"Ah, sabi niya sa akin kahapon mukhang malelate raw siya ngayon," tugon ng lalaking naging dahilan na mapatingin ako sa gawi niya.

Marahan ko siyang tiningnan. Hindi naman siya masyadong malayo mula sa kinatatayuan ko, pero pakiramdam ko ang layo niya na sa akin. Aminado akong na miss ko na si Adrian. Lalo na ang pagtawag ko sa kaniya ng Adi at ako bilang si Ulan. Siguro, kailangan naming mag-usap nang mabuti upang sa gano'n ay maliwanagan kami sa kung ano nga ba ang naging dahilan kung bakit kami umabot sa ganito.

Basta ang tanging alam ko lang, namulat ko na lang ang aking matang nakikita siyang unti-unti ng lumalayo sa akin. Feeling ko nasa sa akin ang mali.

Ewan, sa tingin ko may malaking dahilan ang desisyong aking nagawa sa araw na iyon. Lagi kong tinatanong sa aking sarili kung talaga bang pinagsisihan ko iyon. Pero dapat hindi e, kasi kung tutuusin walang kasalanan si Adria. Kaya dapat wala akong pinagsisisihan. Kung mayro'n man, iyon ang lumaki ako sa mundo bilang tanga.

"Nakatunganga ka na naman," pukaw na komento ni Marlot na siyang ikinagising ng naglalakbay kong utak.

Lumunok muna ako bago siya nagawang tugunin. "May iniiisip lang," my voice cracked.

"Kagaya ng ano? Kung bakit naging malamig na kayo ni Izrael sa isa't isa, gano'n?" she asked, chuckling. Hindi ko siya nagawang tugunin sa tanong niyang iyon kasi agad siyang nagsalita. "Ako rin. Iyan din sana ang itatanong ko sa 'yo. Pero girl, mukhang may kalaban ka na." She's referring to Myka, Adrian's best friend.

Napabaling ang aking tingin sa dalawa. Nakita ko kung gaano kasaya si Adrian kasama si Myka. Kaya siguro lumalayo na rin siya sa akin dahil nagsasawa na siya. Nagsasawa na siya sa kakakulit sa babaeng manhid.

Myka is not my karibal. Kung tutuusin, mas una pa siyang nakilala't naging malapit kay Adrian kaysa sa akin. Pero parang malabo na ngang maging malapit ulit kami ni Adi sa isa't isa. Bakit ba kasi naging manhid pa ako? Kung hindi sana ako nag-iinarte, e'di sana okay pa kami ngayon.

Napaiwas ako bigla sa aking pagkatitig sa kanila nang lumingon si Adrian sa gawi ko. Nakaramdam naman ako ng kakaibang kaba na siyang gumuhit sa aking puso. Bumuntonghininga muna ako bago ibinalik ang aking atensyon kay Marlot.

I smirked. "Mas okay nga 'yon, kaysa sa ako ang kinukulit niya. Nagsasayang lang siya ng oras," malungkot kong sagot.

Masakit pero mas mabuti na nga sigurong ganito na lang kami ni Adrian. Tulad no'ng dati, parang strangers lang, gano'n.

Tatalikuran ko na sana si Marlot para maipagpatuloy ko ang kailangan kong gawin nang nagawa niya akong pigilan sa tanong niya.

"Teka nga Talia, matanong nga kita," she paused for a second. "Bakit nga ba kayo naging cold ni Adrian ng biglaan?" she asked full of curiosity.

Paano nga ba? I gulped as I calmed myself down. "Dahil pinaparamdam ko sa kaniya na mali ako ng taong pinili sa gabing iyon." I replied using the saddest voice I ever had.

Natulala siya ng ilang saglit sa pag-amin kong iyon sa kaniya, parang hindi niya lubos inakala ang sinabi ko. Well, iyon ang totoo.

She shrugged and breath heavily. "Bakit? Pinagsisihan mo ba talaga?" Umiling-iling lang ako bilang tugon. Kasabay naman no'n ang pagtalikod ko sa kaniya.

Sapat na siguro 'yon para malaman niya kung pinagsisihan ko ba talaga ang piliin si Adi o hindi.

WALA akong magawa habang nandito ako sa aking k'warto. Kanina pa ako nakatulala habang nakatanaw sa kisame. Para akong baliw dahil sa kakaisip ng kung anu-ano. Siguro kung nakapagsalita lang ang utak, kanina pa siya nagrereklamo dahil pagod na ito. I've always be like this everytime na ang dami kong gustong itanong, pero wala naman akong nakukuha na sagot.

Mga alas s'yete na ng gabi kami nakauwi ni Marlot kanina galing sa trabaho. Dumaan muna ako sa bahay nila para kamustahin ang mga bata, saka naisipang umuwi. Nang makauwi naman ako, ito ang nagawa ko. After kong naligo't kumain naging overthinker na ako, parang tanga na nakatulala.

Minsan nga nagawa ko ng kausapin ang sarili kong mag-isa sa harap ng salamin. Like bakit ganito, Talia? Alam kong pagod ka na, pero lalaban ka dapat.

Baliw na ba ako o baliw na talaga? Hindi ko rin lang naman masagot ang aking tanong kaya naisipan ko na lang na kunin ang aking cellphone. Nang makuha ko na ito, dali-dali kong bunuksan ang aking facebook account para maglibang kahit papaano.

Scroll lang ako nang scroll nang may isang larawang nakapost na siyang nagpahinto sa akin ng tuluyan. Dahil sa nakita ko, biglang namumbalik sa akin ang lahat ng mga bagay na pinagtataguan ko. Nakita ko kung gaano siya kasaya. 'Yong kasiyahan na hindi ko masyadong nakikita kung magkasama kami noon. I didn't imagine that he can be happy like this, without me.

How are you, CK? Bakit ang saya-saya mo na ngayon? Pero bakit ako, apektado pa rin sa mga pinanggagawa ko sa'yo?

Ngunit may napansin akong kasama niya sa larawan. Ang may ari ng account na nagpost nito. Wait, kailan pa siya nakauwi?

"Kuya Kane?" gulat kong tanong bigla-bigla. "Teka, papaano?"

Agad ko namang inisa-isa ang limang larawan na pinost niya at tiningnan ito with zoom effect. Nagtaka rin ako sa caption na nilagay niya rito.

"All the best on your special day, My dearest brother," basa ko sa caption niya.

Oh God, bakit ko nakalimutan? Birthday ni CK ngayon, August 18.

Napatakip ako sa aking bibig nang maalala ko na lang 'yon bigla. Nabitawan ko naman ang phone ko dahilan ng tumama ito sa aking mukha. Napaaray ako dahil medyo sumakit ang mukha kong natamaan. Kinuha ko naman ito agad. Pero mas lalo akong nagulat at nabahala ng biglaan kong napindot ang like button sa POST NI KUYA KANE!

OMG, Talia! What have you done? Jesus Christ, ano ang gagawin ko? Wait, ereremove ko ba? Teka, magsosorry ba ako? No, hindi, hayaan na lang. O 'di kaya'y maglog out ako? Oo, tama, mag-log out.

Magla-log out na sana ako kaso biglang may nagpop-up na chat message sa status bar ng phone ko. Holy Sh*t!

You have a new chat message from Khane Mavue Del Franco.

Bubuksan ko ba? Magrereply ba ako? Anong isasagot ko kung magtatanong si Kuya?

Napakagat ako sa aking hinlalaki dahil sa kakaibang kaba na aking nararamdaman sa puntong ito. Para akong natatae, naiihi o nababaliw sa kabobohang aking nagawa. Bakit pa kasi napindot?

Dahan-dahan kong pinindot ang message na natanggap ko mula kay Kuya. Ipinikit ko ang isa kong mata dahil hindi ko alam kung ano ang gagawin ko sa oras na malaman ko ang chat niya.

Nakahinga naman ako ng maluwag nang mabasa ko ito. Safe.

Kane Mavue:

Hey gorgeous, hawar u?

Gala With Him

Hayaan mong paglaruan ka ng mundo dahil ibig sabihin no'n, gusto ka niyang turuan kung paano maging isang palaban.

Kanina ko pa pinagmamasdan ang aking cellphone dahil hindi ko alam kung ano nga ba ang itutugon ko kay kuya.

Okay lang po… ganito ba? Ayy, hindi, dapat ganito… mabuti… No, mas lalong hindi p'wede. Siguro ito na lang… blessed and thankful? OMG! Naloka naaaaaa!

Ting* One new message from Kane Mauve Del Franco.

Kane Mauve:

Hey, Talia? Seener ka na pala ngayon? HAHAHA

Na-seen ko pala? Dahil sa sinabing iyon ni kuya, natataranta ako sa pagtypa ng aking reply sa kaniya. Kinakabahan ako, hindi ko alam kung bakit. Maybe because kapatid ni CK ang kachat ko o dahil paniguradong akong yayayain niya akong dumalaw sa kanila. No, it can't be! Hindi p'wede!

Talia Escober:

Nakoo, kuyaa, sorry. Okay lang po ako, maganda pa rin hehe.

Matapos ko iyong nireply sa kaniya ay lumaki ang aking mata. OMG! What the–Taliaaaaaa, bakit 'yon ang tinugon mo? Ang kapal ng face mo n'yan.

God, paano 'to e-dedelete? May unsend message ba rito? Saan? Nakoo pooo.

Ededelete ko na sana ang message kong iyon kaso biglang nagchat ulit si kuya.

Kane Mauve:

Hm, halata naman. Funny ka pa rin pala until now.

Funny? Jusko, anong itutugon ko sa kaniya? Oo, kuya, gano'n pa rin? Yaks, jeje naman masyado.

Relax Talia, don't be nervous si kuya kane lang 'yan. Tama, tanungin mo na siya about sa mga tanong mo kanina.

Talia Escober:

Hindi naman po. Nakauwi ka na pala kuya? Kailan pa?

Ilang Segundo akong naghintay sa tugon niya nang masend ko iyon, kaso sineen niya lang reply ko. Nag-out na ba siya?

Ilalapag ko na sana phone ko sa mesa kasi wala naman yatang plano si Kuya na tugunin ako, bigla na lang akong napatigil nang tumawag siya.

Kane Mauve Del Franco started the call.

Kane Mauve Del Franco's calling…

Para akong tumatakbo sa isang paligsahan, hindi ko alam kung bakit ako ganito. Si kuya lang naman 'to pero kinakabahan ako. Nagdadalawang isip ako kung sasagutin ko ba ang tawag o hindi.

Akmang maglalog-out na sana ako nang nagmessage siya ulit sa akin.

Kane Mauve:

Answer the call. Hindi ko naman kasama si Clifton.

Dahil sa chat niyang iyon ay napalunok ako ng ilang ulit. Hindi naman si CK ang dahilan e, kinakabahan lang talaga ako. Paano kung sasabihin niya kay CK na tumawag siya? Paano kung magtanong siya kung nasaan ako ngayon, anong sasabihin ko?

Napahinto ako sa aking kaiisip nang magchat na naman siya.

Kane Mauve:

Hey gorgeous, I just want to talk to you. Nakakatamad kasing magtypa.

Nang mabasa ko ang chat na iyon ni kuya ay hindi na ako nagdalawang-isip pa na sagutin ang tawag. Kalma Talia, hindi ka pa mamamatay. Oa mo masyado.

"Hi, ang ganda mo lalo," komento niya sa kabilang linya nang masagot ko ang tawag.

Napangiti ako sa sinabi niyang iyon. Kuya Kane will always appreciate me and my beauty kahit noon pa. Hindi ko lubos akalain na yaya lang ako sa kanila, pero ganito siya sa akin. He treat me like his baby sister, para bang ang s'werte ko kasi nakilala ko ang isang Del Franco na 'to.

"Hindi naman po, sakto lang," pabiro kong tugon.

Nakita ko ang bahagya niyang pagtawa sa sinabi kong iyon. Mas lalong nag-amoy imported ngayon si Kuya. Kahit nasa kabilang linya siya ang bango at g'wapo niyang tingnan. He's wearing plain white T-shirt at naka-reading glasses siya. Napansin ko rin na nasa loob siya ng isang study room dahil napapalibutan ang kaniyang paligid ng mga libro. Nakita ko rin ang mga importanting mga babasahin na nakalagay sa may likod niya.

Sobrang magkaiba sila ni CK, kasi si kuya Kane alam niya na ang gusto niyang marating sa buhay, samantalang si CK hindi pa. Ni minsan hindi pumasok sa isip ni CK na seryosohin niya ang kaniyang pag-aaral, ang sa kaniya lang, kung saan siya masaya do'n din siya. Kung itsura ni kuya Kane ang pagbabasihan, siguro mapagkamalan siyang strikto at bully, pero sa loob niya pala, mabait at mabuti siyang tao.

I snapped to reality nang marinig ko siyang nagsalitang muli. "By the way, tungkol sa tanong mo kanina, kakauwi ko lang months ago—" putol niyang paliwanag.

"Po? Matagal ka na rito sa pilipinas?" I asked with confusion.

Nagulat talaga ako sa sinabi niyang iyon. Matagal na siya rito so, it means no'ng umalis ako sa kanila after no'n umuwi rin siya?

Tiningnan ko siya na puno ng pagtataka. Marahan niyang hinilot ang kaniyang noo, saka tumango.

He smirked. "Yeah, pagkatapos mong lisanin ang mansion, a day after umuwi ako," mahina niyang tugon.

Napayuko ako sa sinabi niyang iyon kasi nakaramdam ako ng hiya. So, alam niya na pala? Siguro, nagtataka rin siya kung bakit ko ginawa iyon or else na ek'wento na ni nanay sa kaniya ang totoo.

Ngumuti ako ng mapait bago ko siya tinugon. "Alam mo na pala, akala ko kasi hindi nila binanggit sa 'yo."

He nodded. "Yeah, sinabi sa akin ni mom then, nabanggit din ni Clifton ang rason kung bakit ka nga ba umalis ka sa mansion." Bumuntong-hininga ako nang marinig ko iyon. No'n bang binanggit ni CK ang pag-alis ko malungkot kaya siya? Gusto ko iyong itanong sa kaniya kaso wala akong lakas ng loob.

"Malungkot nga 'yong g*go e, kasi wala na raw ang El niya." He chuckled. He looked at me before he continue. "Akalain mo, marunong pa lang malungkot 'yon? Akala ko kasi naging manhid na siya." Nakangiti pa rin siya habang sinasabi iyon sa akin.

Si CK malungkot? Tsk. Impossible naman yata 'yon, baka nagdrama lang. Wala na kasing mauuto e.

I bit my lip. "Kamusta na siya kuya?"

Ewan ko pero ang tanging alam ko lang nais kong malaman kung ok lang ba si CK or hindi. May kung ano kasi sa akin na concern pa rin ako sa kaniya kahit papaano.

"What if dumalaw ka rito sa susunod na araw para malaman mo kung kamusta na siya? And besides, miss ka na ni mom, saka matagal ka na niyang gustong kausapin." Mga salitang nagpatigil sa akin. Paano ko sila haharapin? Si tita, si CK, si Nanay, anong sasabihin ko 'pag nagkita ulit kami? "Talia, please just this one? Don't worry susunduin kita riyan kaya 'wag ka ng tumanggi," aniya.

Hindi ko alam kung papaano ako tatanggi, lalo na't magkikita ulit kami ni CK, at makikita ko rin si Aivie. Speaking of Aivie, sila pa kaya? Possible.

I gulped hard to calmed myself. "Po, pero ano kasi... paano kung? K–Kuya, paano si–'yong ano ni CK–" He cut me off.

He smirked. "Yong jowa ni Clifton? Hm, they broke up, dalawang buwan na ang nakalipas." My jaw dropped when I heard those words from him.

PAGKAPASOK ko sa loob ng bahay nila ni Marlot ay siya agad ang sumalubong sa akin. Sinalubong niya ako gamit ang nakakaloka niyang ngiti kaya kunot noo akong napatingin sa kaniya.

"Anong nakain mo at gan'yan ka makatingin sa 'kin?" taka kong tanong. Nakita ko naman ang mga kapatid ko na masayang nagsisitakbuhan pababa sa hagdanan.

Hindi pa man sila nakababa ng tuluyan, binalingan ko ulit si Marlot dahilan magslita siya. "Wala, masaya lang ako for today kasi alam kong may magandang mangyayari ngayon," nakangiti niyang tugon.

I looked at her with curiosity. "Talaga lang hah?" I rolled my eyes.

Sasagot pa sana siya kaso lumapit na sa gawi ko ang aking mga kapatid. Nakita ko rin sa kanilang likuran na nakatayo si tita Maribic.

"Ate Talia!" masayang tawag sa akin ni Beng, saka nagbeso. Lumapit din sa akin si Toton, kagaya ni Beng, nagbeso rin siya sa akin. "I miss you, ate," nakangiti niyang sabi.

I smiled at them, saka ginulo ang buhok ni Tonton kasi siya ang mas malapit sa akin kaysa kay Beng. "Miss ko rin kayo." Bigla akong nagtaka nang makita ko ang damit na kanilang sinusuot. "Teka, ba't nakabihis kayo, saan kayo pupunta?"

Napatawa si Marlot sa tanong kong iyon, saka inakbayan ako. "Hindi lang sila girl, kundi kayo," natatawa niyang sabi.

"Kami? Ha, sa pagkakaalam ko, wala naman akong sinabi na mamasyal kami ngayon," taka kong paliwanag.

Wala naman talaga kaming usapan ng mga kapatid ko, pero paanong may lakad kami ngayon? Ako ba ay pinagloloko mo Marlot Ashley Sandoval?

Bumuntong-hininga siya bago ako nagawang tugunin. "Ikaw, wala..." she paused to trailed. Nakita ko naman na napatingin siya sa may pintuan ng bahay nila kaya gano'n din kaming lahat. "Pero siya, mayro'n," dagdag niyang sabi na ikinagulat ko ng lubusan.

Anong ginagawa niya rito? Humakbang siya papalapit sa amin, nakangiti na para bang normal lang sa kaniya na nagulat ako sa mga pangyayari. He's wearing simple black T-shirt, tattered jeans na kulay white at nike shoes. Mabuti na lang at iba ang kulay ng tattered ko, baka mapagkamalan pa kaming naka-couple wear. Dahil sa suot niyang iyon ay nagtunog guitarrista talaga siya, ang astig niya lalo.

Nawala bigla ang kakaisip ko ng kung anu-ano nang masaya siyang salubungin ng mga kapatid ko.

"Kuya Adrian!" sabay-sabay na masayang pagtawag ng mga kapatid ko sa kaniya.

Niyakap niya naman ang mga kapatid ko na may malaking ngiti sa labi. Bakit siya nandito? "Ready na kayo?" masaya niyang tanong, saka kumalas sa pagyakap sa mga bata.

Excited naman na tumango sila ni Beng sa kaniya. "Sobra po, kuya Adrian!" tugon ni Tonton.

Tumango lang si Adrian, saka ako binalingan ng atensyon na siya namang ikinagulat ko. "Ikaw, ready ka na?" he asked casually.

Sa halip na sagutin ko siya sa tanong niyang iyon ay itinuon ko ang aking paningin kay Marlot. Pinandilatan ko siya ng mata habang pekeng ngumingiti sa akin. Putik kang babae ka!

Nilapitan ko siya, saka malakas na hinablot ang kaniyang kamay para kausapin siya saglit. Nagulat siya sa ginawa kong iyon at pilit niyang kumawala sa panghahatak ko, pero hindi siya nagwagi.

Nang marating na namin ang kusina nila, padabog kong binitawan ang kamay niyang hila-hila ko. I gulped hard before asking her something. "Ano 'to, Marlot? Anong drama 'to at nandito pa si Adrian?"

"Friendship, naisip ko lang kasi na baka this time, maging okay na ulit kayo ni Adrian. Dinadalaw niya kasi rito ng mga bata ng palihim, sabi niya kasi 'wag sabihin sa'yo," she paused. "Kaya nang sabihin niya na ipasyal ang mga kapatid mo, naisip ko na rin na isama ka na lang para makapag-usap naman kayo kahit papaano," she added.

Ano, palihim na dinadalaw ni Adrian ang mga kapatid ko? Bakit?

Tiningnan ko si Marlot ng masama kahit na nakangiti pa siyang tumingin sa akin. Bruhang 'to, may pa pasyal-pasyal pang nalalaman.

I massage my temple gently dahil wala na akong ibang choice kundi ang sumama sa kanila mamasyal. "Wow, salamat Marlot, ha? Grabi, ang galing ng utak mo," inis kong tugon.

Nilapitan niya ako, saka hinawakan ang dalawa kong kamay. "Girl, sorry na."

I bit my lip and sighed. I have no choice but to do as what she planned. "Ano pa ba ang magagawa ko e, nand'yan na 'yong tao. Alangan naman ipagtulakan ko siya paalis dito sa harapan ng mga kapatid ko?" pagalit kong sabi.

Sumigla siya sa sinabi kong iyon, para bang masaya siya na sasama ako sa kanila. Binabayaran ba siya ni Adrian? Sabagay, no'n pa man, gusto niya na si Adrian para sa akin. "'Yon naman pala, e. Sige na, payag ka na. Mamasyal ka na kasama ang Adi mo."

Kinuha ko ang kamay kong hawak-hawak niya para makabalik na sa mga kapatid ko.

"May araw ka rin sa 'kin." I rolled my eyes at her before I turned my back.

Insaktong pagkabalik ko sa kinaroroonan ko kanina ay nakita ko silang lahat na naghihintay sa amin ni Marlot. Si Marlot ay nakasunod lang sa likod ko, tila ba inaalam niya ang bawat galaw na balak kong gawin.

Lumapit naman agad si tita Maribic sa akin. "Sumama ka na, Talia. Kahit para na lang sa mga kapatid mo, kawawa naman kung tatanggihan mo ang tao," sabi sa akin.

Hindi ko na siya tinugon dahil tinapik ko na ang balikat niya sabay tango bilang sagot sa kaniyang nais mangyari. Kung para kay Beng, Tonton, at sa pagkakaayos namin, gagawin ko.

"Tara na, para naman sulit ang pamamasyal natin," masayang alok ko kay Adi na ikinangiti niya nang sobra.

I really missed that smile. Smile for me, My Adi.

MABILIS lang namin narating nila ni Adrian ang Bluebay Walk dito sa Pasay. Sabi raw kasi ng mga bata na gusto nilang mamasyal dito noon pa. Malapit lang din ito sa bahay nila ni Marlot kaya less hassle siya. Sobrang ganda ng lugar kaya napanganga talaga ako sa taglay na kagandahan nito. Maganda rin siya kung ayaw mo munang pumasok sa mall at gusto mo munang mamasyal saglit.

Maraming maaaring gawin dito, p'wede siya sa mga bata, matanda o sa kahit anong edad pa man. Ito lang talaga ng masasabi ko, sobrang laki, lawak at ganda ng lugar na ito. Kahit hindi pa man ako nakapasok sa loob, I know we will enjoy and love this place. At the end of the day, I know being here is worth it.

Napukaw ako sa kakamasid sa paligid nang may nagsalita sa aking gilid. "Hindi ka pa ba bababa?" tanong niya na ikinalingon ko sa kaniya.

Nakita ko ang kaniyang simpleng pagngiti, na siya namang dahilan ng aking pagtango bago siya tugunin. "Sorry, bababa na."

Bababa na sana ako kaso agaran siyang nagsalita ulit. "Wait, I'll open the door first, saka ka na bumaba." Aangal pa sana ako kaso bigla na siyang lumabas sa kotse niya.

Hindi naman bago sa akin ang mga gan'yang kilos ni Adrian dahil nasanay na ako. Pero ngayon parang nanibago ako kasi ngayon lang ulit ito nangyari. Kahit kailan Adrian, you didn't failed to amuse me.

Mayamaya pa, binuksan niya na ang pintuan sa kaniyang kotse kung saan ako nakap'westo. Binuksan niya agad ito, saka maingat akong inalalayan pababa. "Thank you," I uttered. He smiled, saka tinungo ang backseat para pagbuksan ang aking mga kapatid.

Akala ko pa naman galit siya sa akin dahil hindi siya nakagawa ng kahit ni isang salita kanina habang papunta kami rito. Sana nga after nito, okay na kami, babalik na kami sa rati.

"Wow! Ang ganda-ganda rito, kuya Adrian!" masayang komento ni Beng nang makalabas siya sa sasakyan.

"Gusto ko ro'n! Gusto ko ro'n!" masiglang sabi ni Tonton habang tinuro-turo ang mga batang masayang naglalaro sa loob ng shopping mall.

Natutuwa naman ang sa mga reaksyon ng kapatid ko. Para bang ang sasaya nila na nakapasyal sila sa ganitong klaseng pasyalan. Thanks to Adrian.

"Don't worry kids, lahat ng nakikita niyo ngayon ay pupuntahan at lilibutin natin sa araw na 'to. Hindi tayo uuwi hangga't hindi natin nalibot ang buong bluebay walk ng pasay," paliwanag niya sa mga bata.

Masaya ako sa narinig kong iyon, pero nagawa ko pa rin ang mgareklamo sa kaniya. "Adrian, hindi mo naman kailangang gawin 'to e," mahina kong pagrereklamo.

He gulped. "Pero ito ang gusto ko." Nang masabi niya iyon, bigla na lang siya nagulat ng hilain siya ng mga kapatid ko.

"Tara na, kuyaaa!" Paghihila ng dalawa na hawak-hawak ang magkabilang braso ni Adrian.

Napailing ako sa aking nasaksihan at napangiti ng bahagya nang makita kong nilingon niya ako bago tuluyang makapasok sa loob ng mall.

I think ito na ang time na tawagin ko na siya ulit sa nakasanayan kong itawag sa kaniya. Kahulugan pa lang ng pangalan niyang Crisanto ay sobrang espesiyal niya na sa mga taong kilala siya—sa akin din. Gold si Adi... kasi gano'n siya kahalaga.

Pagod akong napatingin sa mga tao sa aking paligid, pinakiramdaman ko muna ang sarili ko bago sila naisipang sundan sa loob. I know it's gonna be a long day... with him.

Red Flag

Minsan ang mga kalituhan at katanungan natin sa buhay ang maghahatid sa ating tungo sa kasagutang nais nating malaman.

ANG LAKAS ng kaba ng aking dibdib nang makalabas kami sa loob ng Bluebay Walk ng Pasay, ewan ko pero sadyang bigla ko na lang itong naramdaman. I think may mangyayari ngayon na hindi ko aasahan na mangyayari pala. OWEMJI!!! What am I thinking?

Napalingon ako sa aking gilid nang may naramdaman akong kamay na nakahawak sa aking braso. I suddenly feel the butterflies running in my stomach like what I've felt before. Gusto kong papaniwalain ang sarili ko na siya ang dahilan kung bakit ako kinakabahan but still, he's not.

"Are you ok?" puno ng pag-aalalang tanong sa akin ni Adrian. I smiled at him as how I nodded my head to answer his question. "Nagugutom ka ba? Do you want something to eat? I can buy—" I didn't let him to finish his words nang agad ko siyang tinugon, "I'm obviously ok, Adi. No need to over react." Nagulat naman ako bigla nang mapagtanto ko kung papaano ko siya tinawag sa pangalang aking naksanayan. Nilingon ko siya nang dahan-dahan to see his reaction. Nakaramdam naman ako ng kabang when I saw little smile on his face. Kinikilig ba siya?

"Still, you can easily make me blush by calling me with that nickname. Shit!" he cursed.

I bite my lower lip, nahihiya ako sa aking ginawa. Tanga lang, Talia? "I didnt mean to say that—" Siya naman ngayon ang pumutol sa aking nais ipaliwanag. "No. It's ok, besides I loved hearing it from you, Ulan." He chuckled a bit. Nais ko pa sanang umangal kaso huli na nang maranig kong magsalita ang isa sa aking kapatid. God, muntik ko ng makalimiutan na may kaasama pala kami.

"Anthony, naririnig mo ba ang naririnig ko?" tanong ni Beng sa kapatid naming lalaki na si Tonton.

Tontons nodded. "Yes, Belinda. Ikaw ba, nakikita mo rin ba ang nakikita ko?" tanong niya pabalik kay Beng.

"Aha! Ang cringed nga, eh," pag-iinarte na komento ng kaptid kong babae. God, saan nila natutunan ang mga pa-sosyal na mga salitang ito. Malamang, Talia, nag-aaral sila so they know how to react in expensive way. Protestang sabi ng aking isipan. I let out a deep breath saka sila tiningnan ng masama.

"Anthony Kainan and Belinda Francesca!" pasimulang inis na tawag ko sa mga pangalan nila. "What do you think you're saying?" I added.

"Ikaw ate, ano sa tingin mo?" Beng asked back. What the hell is happening to my siblings?

Akmang kukurutin ko na sana ang mga pisngi nila dahil sa inis kaso hindi ko nagawa nang mag kamay ang humawak muli ng mahigpit sa braso ko. "Para kang bata, let them be. Hayaan mo silang e-express ang kanilang saloobin. Right, kids?" mahaba niyang paliwanag saka kumindat na nakangiti sa aking mga kapatid. Nakita ko rin ang pagkindat nila pabalik kay Adrian. What the–are they ok? Bakit nila ako pinagkakaisahan? This time, I felt betrayed with my own blood. Grrrr.

"Let's go? Punta muna tayo sa may malapit na restaurant para makakain muna kayo kahit papaano, mm?" baling na tanong niya sa akin. Hindi ako kumibo at sa halip inirapan ko lamang siya. He bit his lips nang hindi siya nakakuha ng isang salita mula sa aking mga bibig. I dont like what he did on his lips. Damn, he's so sexy.

"Kuya, jobee na lang tayo, please?" pagkukumbinsi ni Beng sa kaniya.

"Beng? Your words," awat ko sa kinikilos niya. Baka sabihin pa ni Adrian na piniperahan namin siya ng mga kapatid ko o abusado kami. Nakita ko na nanlumo si Beng dahil sa ginawa ko, kasalanan ko na naman.

"Okay, pretty," walang pake na tugon ni Adi sa bata.

"Izrael?!" I exclaimed. Hindi ko na ikinatuwa ang nais niyang ibigay sa aking mga kapatid.

"What? I'm just want to give her what she's wishing for? May problema ba roon?" he asked with full of curiosity on his voice.

I rolled my eyes at him, tila ba galit na galit na ako sa nais niyang gawin para sa aking mga kapatid. "You're spoiling them, and I think that's not ok."

"Who says?" He chuckled. But it's fake, I know.

"ME!" I can't help but to raised my voice again. "Pinagbigyan muna sila kanina, and I think that's enough. Dont spoil them in a wrong way like this." Ayaw kong pinapamukha niya sa akin na kaya niyang ibigay sa mga kapatid ko ang mga bagay na hindi ko man lang mabigay-bigay sa kanila. I think, I'm jealous. God, Talia, pati paglilibre ng pagkain, ikinakasakit ng butse mo?

"Tsk, you're just paranoid, Talia. No worries, hindi ka magkakautang ng loob sa akin dahil sa gagawin ko kung iyan ang pinoproblema mo," walang emosyon niyang tugon. "Tara na mga bata," saka iniwan ako nang mauna silang umalis tatlo. Oh gosh, Talia, what did you do again this time? Biglang may kung anong kumirot sa aking dibdib dahil sa sa sinabing iyon ni Adrian. Kailangan kong mag-sorry.

Hindi na ako nagdalawang isip pa at agad kong ihinakbang aking mga paa para sundan sila sa kung saan nakaparada ang kotse ni Adrian. I know I'm over reacting kanina, siguro naiingit lang ako. I saw how my siblings happy earlier habang pinapasyal sila ni Adrian sa loob ng Bluebay Walk. Their smiles are genuine, iyong ngiti na kailanman ay hindi ko nakita sa tuwing ako ang kasama nila.

Oo, masaya ako sa aking mga nasaksihan pero kung iisipin ko na hindi ako ang dahilan ng kasiyahan nilang iyoon, doon ako nakaramdam muli ng pagkatalo. Hindi ko lubos aakalain na tinuring ko si Adrian na aking karibal kapag ang kasiyahan na ng mga kapatid ko ang pinag-uusapan. I think its so unfair na pinagseselosan ko siya habang wala siyang ibang ginawa kundi iparamdam kina Beng at Tonton na may karapatan sila maging masaya.

Jesus, I hate this feeling and I hope this won't be a reason for me to hate him, again. Sometimes our jealousy leads us to our own disappointment.

PAGOD ANG KATAWAN kong bumagsak sa aking kama, balik naman ulit ako sa aking nakasanayan. Ang lungkot na naman ng pakiramdam ko, feeling ko nasa akin talaga 'yong problema. I mean, kung tutuusin wala naman talagang masamang ginawa si Adrian kanina pero ah–naiinis talaga ako. What the heck, I'm so OA kung makapag-react.

Sometimes, I simply contrast my world before, nong nandoon pa ako sa mga Del Franco. Siguro kung hindi ako umalis, 'di ko sana pinagdadaanan ang lahat ng ito ngayon. But in the other hand, kung hindi ko iyon ginawa ay baka nanatiling tanga pa rin ako habang ginugusto si CK. Akala ko pa naman ay magiging ok na kami ni Adrian, pero bakit ganito? Ang gulo, nakakalito. Kasalanan ko ba talaga? Eh, dapat ok na kami kaso nagreact ako agad not knowing na maganda naman talaga ang intensyon ni Adi sa akin.

I remember how he treated my siblings kanina sa fastfood chain, alagang-alaga niya. Para bang mas naging kuya pa siya kaysa sa kung paano ako naging ate sa kanila. Pinukpok ko agad ang aking ulo nang mapagtanto ko ang aking pinaggagawa. Please, Talia, stop!

"Adrian, tantanan mo na ako!"

"At bakit ka naman niya tatantanan, aber?!" Napabalikwas ako sa aking hinihigaan nang may biglang akong narinig na isang pamilyar na boses. Para akong nababaliw dahil sa sobrang lakas ng kalabog na nararamdaman ko sa aking dibdib.

"Marlot?!" Hindi makapaniwalang tawag ko sa kaniya. How?

Bumuntong-hininga siya, saka naupo sa aking kama na para bang balewala lang sa kaniya ang nagulat kong reaksyon sa biglaan niyang pagsulpot. "Why? May inaasahan ka pa bang pupunta rito sa place mo bukod sa akin, mm?" kalmado niyang tanong.

Nilingon ko siya kung saan siya nakaupo saka sinamaan ng tingin. "At sino namang hindi magugulat kung basta-basta ka na lang papasok ng walang paalam?" sumbat ko sa kaniya na puno ng pagkainis. "Don't you know what is the purpose of putting that f*cking doorbell outside?" dagdag kong tanong. Sh*t! Narinig niya ang kadramahan ko.

She placed her bag on my table saka niya ako nagawang tugunin. "Didn't you aware that you left your freaking door open or tatanga-tanga ka lang talaga?" I got froze by hearing those statement from her. What? I left my door open?

Kunot noo akong napatingin sa mukha niyang natatawa. "Ah, baka nakalimutan ko lang. Nagmamadali kasi akong pumasok sa kwarto ko kanina. You know pagod ako sa pamamsyal–" Hindi ko man lang natapos ang aking paliwanag nang magawa niyang magsalita muli na siyang aking ikinagalit sa kaniya.

"Really? Pagod ka ba talaga or nalilito, mm? Just tell me the truth, Talia."

"Truth? Teka nga, bakit ka ba nandito at baka nakakalimutan mo Marlot, may kasalanan ka pa sa akin." Pilit akong humanap ng kadahilanan para huwag niya na akong kulitin pa. Pero parang mali yata ang move na nagawa ko kasi mas lalo niya pa akong kinulit.

"Bakit kasalanan e, 'di ba kung tutuusin tulong iyong ginawa ko?"

"What comes on your mind at naisip mo na nakakatulong yong pangbablackmail mo sa akin?"

Tumayo siya mula sa kaniya pagkaupo sa aking kama at tiningnan ako sa aking mata. "Look, Talia, kung hindi ko ginawa 'yon e, 'di sana kayo ok until now," nakangiting aniya.

"Really? Tsk. You even made the situation worst between us." Nakita kong tumaas ang kilay niya sa pag-aaming aking ginawa. Nagawa ko siyang talikuran at lumapit sa bintana ng aking kwarto. Sumilay ako roon mula sa labas, umuulan pala kaya medyo lumamig ang aking paligid.

Sinundan ng aking mata ang pagpatak ng mga butil ng ulan sa lupa, hindi ko naman maiwasan ang aking sarili na mapangiti ng mapait. I just remember the meaning of my name, rain from heaven. Ulan na galing sa langit. Para nga akong ulan kasi ramdam ko ang unti-unting pagbagsak ng aking sarili sa lupa.

Napahinto ako sa aking iniisip nang maramdaman ko ang atensyon ni Marlot, "What do you mean na pinapalala ko ang sitwasyon, ghurl?" Kung kanina ang boses niya ay nakakainis ngayon ay napalitan na ito ng pag-aalala.

"Kasalanan ko naman e. I can't help myself but to over react. Ni hindi ko man lang naisip na puro ang intensyon niya kina Beng at Tonton," sabi ko gamit ang naguguluhan kong boses.

She moved closer to me para mas maliwanagan siya sa nais kong puntuhin. "Wait, hindi kita gets. What do youe mean sa nag-over react ka? In what way ba?"

Lumayo ako sa bintana na aking kinataatyuan at naisipang maupo sa aking kama. Agad naman akong sinundan ni Marlot, saka umupo sa aking tabi. "Nagseselos ako."

"What? Kanino? Kay Myks? Sa kabanda niya? God, Talia, it cant be—" Hindi niya nagawang tapusin ang mga tanong na nais niya pang sabihin nang mabato ko siya gamit ang unan na nasa aking gilid. "Pwede ba, let me finish my words. 'Wag kang OA!" awat na mungkahi ko sa reaksyon ng aking kaibigan.

Tumango siya ng marahan, "Sorry, nanggugulat ka kasi."

I let out a deep breath to calm myself down. "Nagseselos ako, oo, pero hindi kay Myks. Gague."

"Eh, kung 'di sa kaniya, kanino—" huminto siya nang mapansin niyang matulis ang mata kong nakapako sa kaniya, "Sorry ulit. Oo na, I let you finish your explaination first." saka nag-peace sign.

Hindi ko alam kung ilang ulit na akong humugot ng malalim na hininga, kabado bente talaga ako ngayon. Pinakiramdaman ko muna ang ang aking sarili bago ko nagawang magsalitang muli.

"I saw how my siblings happy when they are with Adrian, and that's make me jealous. Ang babaw ko, 'di ba?" Tumango naman siya sa tanong kong iyon. "Pati si Adrian na walang ibang ginawa kundi ang maging mabuti sa amin ay binuntungan ko ng galit. Sa tingin ko kasi mabuti pa siya, napapasya niya sila Beng kaysa sa akin na ate nila. Like, ako ang ate nila so dapat ako ang gagawa non at hindi si Adrian—"

"I think, you should undergo some treatment, beshiee. Malala ka na, pati mga simple bagay pinapalaki mo."

"Marlot, I'm serious. Hindi ako nagloloko rito."

"Yes, you're not. Pero 'yong sarili mo, alam niya na pinagloloko mo lang siya," she commented. "Wake up, Talia. Don't fool yourself around kasi alam naman natin kung ano ang pinangaglingan ng selos mo, at kung bakit ganito ka makapag-react!" she exclaimed at nagulat ako roon.

"Marlot," pagpapakalma ko sa kaniya pero hindi niya ako hinayaan.

She stood up then looked at me seriously. "Why? Tama naman ako, 'di ba? Bakit hindi mo na lang aminin kay Adrian ang totoo kung bakit ka nagseselos at galit sa kaniya?" No, not now. Hindi pwede. We both know the truth na malala ang pinanggalingan at rason kung bakit ko nga ba ginaganito si Adrian, pero ayaw ko munang aminin sa kaniya ang totoong kadahilanan.

"Hindi ito ang tamang panahon, Marlot!" galit na aking tugon saka pinanatayan siya sa kaniyang pagtayo sa aking harapan.

Magkaharap na kami pareho ngayon at ramdam ko ang namumuong tensyon sa pagitan namin dalawa. "At kailan sa tingin mo ang tamang panahon, ha? Kung pagod na siya sa kakaintindi sa yo? Sa kakahabol at kaka-explain ng side niya?" I saw her chuckled and thats make me feel wrong.

"Idunno," wala sa sarili kong sagot sa kaniya.

"Talia, 'wag mo ng pahirapan ang tao. Sabihin mo na sa kaniya ang totoo kung bakit ganiyan ka at bakit bigla kang nagbago sa kaniya. Kung sa akin ay nagwa mong umamin, then do it to him as well. Just f*cking tell him the truth before its too late. Bago mo pa pagsisihan ang lahat!"

Ito ang pinakaayaw ko sa lahat, ang umamin sa mga katotohanang matagal-tagal na panahon ko na ring tinatago. 2 weeks after nong umalis ako sa mga Del Franco, doon ko nagawa ang katangahang hanggang ngayon ay akin pa ring pinagdudusahan. Iyon ay ang layuan at tratuhin si Adrian ng masama habang wala siyang kaalam-alam kung bakit. Kami lang tatlo ni Marlot ang nakakalam, ikatlo ang taong nagtulak sa akin na gawin ang bagay na pinakaayaw ko.

Bigla akong napahinto sa aking pagsasalita nang may narinig kaming nag-doorbell sa labas ng aking unit. Napatingin kami ni Marlot sa isa't isa na puno ng pagtataka.

"Are you expecting someone?"

"May kasama ka ba na nasa labas?" sabay naming tanong.

Akmang magsasalita pa sana ako kasi hindi pa tumigil ang nag-doorbell sa labas kaso huli na ng marinig ko ang boses ng isang pamilyar na tao. I think hearing that husky voice from the outside of my unit is a red flag for me.

"Pretty, are you there?"

Him

Akala natin na ang taong ayaw nating makita ay lalayuan na talaga tayo nang tuluyan, subalit wala pala itong kasiguraduhan.

HINDI AKO MAKAPAGSALITA, para akong natameme o nawalan ng boses. I can't imagine until now kung tama ba talaga ang narinig kong ito o sad'yang nababaliw na talaga ako. I gave Marlot a questionable look. Parang tinatanong ko siya kung tama ba ang hinala ko kung sino ang boses na tumawag sa akin mula sa labas ng aking condo. Ngunit nagkibit balikat lamang ito habang tinitingnan ako.

Bumuntonghininga muna ako nang ilang ulit saka ako nagkaroon ng lakas ng loob na lumabas sa aking kwarto. Nang makalabas na ako, I was about to open my door nang bigla na lang akong natigilan kasi bumukas ito nang kusa. Lumaki ang aking mata ko nang makita kung sino ang nagbukas ito. So tama nga ang hinala ko?

Para akong na semento sa aking kinatatayuan. Hindi ko alam kung ano ang gagawin ko at kung papaano ko siya babatiin. I swallowed hard. Naramdaman ko ring mas lalong lumalim ang aking paghinga. Ang guwapo niya pa rin, kung may nagbago man–iyon ay ang hulma ng kaniyang pangangaatawan. I was about to approached him pero naunahan niya na ako.

"Hi," mahina niyang bati sa akin. "Pumasok na ako, kanina pa kasi ako nag-doorbell kaso parang busy ka 'ata?" dagdag niyang sabi. Tumango-tango ako, tila ba naiintindihan ko siya.

I let out a deep breath to calm myself. "Ah, ano—may ginagawa kasi ako—"

"Hi, I'm available," agaw atensyon ni Marlot sa usapan nang may usapan dahilan ng 'di ko matapos ang nais kong sabihin. Binalingan ko siya ng tingin sabay dilat ng aking mata. Ngumiti lang siya sa akin ng pilit, para bang nahihiya ito.

Narinig ko naman ang pagtikhim ng lalaking kausap ko kanina. "Mm, you're with this petty girl pala," komento niya, saka tumingin kay Marlot.

I nodded, "Yes po, kuya. 'Nga pala, si Marlot—best frenemy ko." Dahil sa ginawa kong pagpapakilalang iyon, agad inilahad ni Kuya Mauve ang kamay niya kay Marlot. "Si kuya Kane, kapatid ni ano—" Hindi ko na naman ulit natapos ang sasabihin ko nang biglang humarot ulit si Marlot.

Humakbang siya nang kaunti papalapit kay kuya, "Hi! Ang igop mo naman masyado," komento't bati niya rito nang makalapit siya sa kinaroroonan ni Kuya Mauve. Nginitian niya lang ang aking kaibigan, tila ba nakikiayon siya sa ginagawa nito sa kaniya. "Mm, ang bango pa. Ano'ng perfume mo?" dagdag na tanong sa kaniya ni Marlot. Para tuloy siyang sira sa kaniyang pinaggagawa.

Kahit ako man ay natatawa sa aking iniisip pero hindi ko iyon pinahalata at nanatiling galit na nakatingin kay Marlot. Ilang sandali pa, walang nagsalita sa kanilang dalawa, kahit na si kuya. I gulped hard before I ask. "Bakit nga po pala kayo naparito? Teka—paano mo po nabuksan ang pintuan namin?" tanong kong may halong pagtataka.

Umayos naman si kuya mula sa kaniyang pagkatayo habang si Marlot ay sinusuri pa rin siya. Bruhang 'to!

"Don't you remember why am I here?" Kumunot naman ang noo ko sa tanong niyang iyon. "And I about your second question, nagawa ko ang pumasok dito kasi hindi naka-lock 'yong door... and I think you need to change that attitude of yours kasi papa—"Akmang sasagot na sana ako pero nagawang agawin ni Marlot ang aking atensyon. What the— "Marlot?!" I exclaimed.

Sino naman ang hindi magugulat kung hinalik-halikan niya si Kuya sa may likuran nito, saka niyakap niya pa. Napaayos siya ng tayo sa pagsigaw kung iyon at umasta na para bang wala lang nangyari.

"Yes, friendship?" she asked innocently.

"What do you think you're doing, ha?"

"Why? Wala naman akong ginawa, ah? Inamoy-amoy ko lang naman kung amoy imported ba talaga, k—kasi 'di ba... sabi mo galing siyang ibang bansa—" I cut her off.

I tapped my head and rolled my eyes at her. "Really? God, you're unbelievable!"

"Pero infairness, amoy ibang bansa nga," pabiro niya pang sabi.

Hindi ko na siya nagawang patulan pa nang magsalita mula si Kuya Kane mula sa kakatawa niya.

"Gorgeous, bayaan mo na," awat niya sa akin. He looked at Marlot na siya namang ikinakilig ng g*ga. "Besides, I find her cute and jolly," komento ni kuya sa dalaga na mas lalong ikinalaki ng ngiti nito sa mga labi. Tsk.

"Enebe," pang-e-echus na sabi ni Marlot. Kailan pa siya natutong magpa-bebe? Ngiti at iling lang ang nagawang itugon ni kuya sa kaniya kasi sa puntong ito, ako na naman ang nabalingan niya ng pansin.

He looked straight at me, "About what you've been asked earlier, kaya talaga ako napapunta rito kasi I took our usapan last time seriously," paliwanag niya na aking ikinatanga ng ilang segundo. Ang conyo na lalo ni Kuya. "Wala ng bawian at atrasan, Talia. So go with me or else—" Hindi ko na siya pinatapos pa sa nais niyang sabihin kasi agad akong nagsalita.

"What po?"

"I'll bring him with me next time na dadalaw ako rito. So you don't have a choice," kalmado niyang tugon na ikinatibok nang mabilis ng aking puso.

Hanggang ngayon... ganito pa rin ang tibok nito sa tuwing ikaw na ang mapag-uusapan. Akala ko–hindi ito maaari!

"Pero—" pagtatangging aking ginawa na hindi nagtagumpay.

Hindi pa rin sumisink-in sa utak ko kung bakit nasabi ito ni kuya nang harap-harapan sa akin.

"Go, change your clothes, you'll leaving with me," suhestiyon na niya mas lalo kong ikinahina.

Do I need to run again this time? Or, hahayaan ko na lang ang gustong mangyari ni tadhana?

Hindi sa lahat ng pagkakataon ay kaya mo'ng magtago, Talia, kaya harapin mo na.

Whatever may happen after this—sana ay wala akong pagsisisihan. Ayaw kong aabot ako sa punto na pati sarili ko ay kinakalaban at kinamumuhian ko na rin.

MALAKAS ang pintig ng aking dibdib sa rason na ramdam na ramdam ko ang bawat segundo habang papalapit na papalapit na kami sa bahay ng mga Del Franco. Ito na, muli ko na naman makikita ang lugar na minsan ko ng iniwan at tinakbuhan. Ano kaya ang posibleng mangyari sa araw na ito? Makikita ko na ba talaga ulit ang lalaking sinaktan at pinaluha ako ng sobra?

Bigla akong napahinto sa aking iniisip nang mapansin kong huminto ang sinasakyan naming laruan na sasakyan ni Kuya. Sabi niya kasi laruan lang niya itong sinasakyan namin ngayon, biruin mo... ginawang laruan ang hilux na sasakyan. Tsk. Mayayaman pa nga.

"Wala ka bang planong bumaba sa sasakyan?" Para akong nabingi sa tanong niyang iyon lalo na't mas lalo pang lumakas ang kaba sa aking dibdib. Talaga bang papasukin ko ulit ang mansion na ito.

Hindi ko pa man lubos nakita ang harapan ng bahay nila pero hindi ko na maipaliwanag ang kaba na siyang aking naramdaman. "Hey? Are you ok?" tanong ulit ni Kuya sa akin pero may halong pag-aalala na iyon.

I nodded. "Opo," nauutal kong tugon. Ngiti lang ang nagawa niyang itugon sa sagot kong iyon.

"Gusto mo bang sa susunod na lang kita ulit dalhin dito, Talia?" he asked. Nagulat naman ako sa tanong niyang iyon. "Look, I know na wala akong karapatan na pilitin ka but matagal na naman iyon, and I think it's time for you to move on at kalimutan na ang lahat ng nangyari, right?" pagapapaliwanag niya sabay bumuntong-hininga.

Ngumiti ako ng mapait sa kaniya, "More than two months pa lang ang lumipas, kuya. Hindi ko pa lubos limot ang lahat."

"Mahal mo pa rin ba si CK—I mean may epekto pa rin ba siya sa 'yo?"

Hindi ako nakapagsalita sa sinabi niyang iyon. Mayamaya pa nang mapansin niyang wala talagang ni isang salita ang lumabas sa aking bibig ay nagawa niya ang magsalitang muli.

"I'm sorry to ask you that question. Don't answer that anyway—you don't have to,"

Tumango lang ako, saka ko naisipang kunin ang kamay niyang inalok sa akin para tuluyan akong makababa ng sasakyan. Kalma, Talia, matagal na 'yon.

Nang makababa na ako sa sasakyan, napahinto na naman ako ulit nang maaninag ko na ang kabuuan ng masion. Wala pa ring nagbago, kung ano ang itsura nito noong umalis ako ay ganito pa rin ngayon sa kasalukuyan. Sa tingin ko, ang mansion na ito ay sumasalamin sa aming dalawa ni CK, kung ano man kami no'ng umalis ako dito ay ganito pa rin kami kung magkikita kami ngayon ulit.

I just suddenly remembered everything. Ang daming nangyari sa lugar na ito, mga pangyayaring hindi ko lubos aakalain na nagagawa ko pang balikan. Halos tatlong buwan na ang lumipas pero bakit pa rin ako apektado?

Napalunok ako sa makailang uli nang may umagaw sa aking pansin. Nakita ko ang lumang gate nila ni CK sa may malapit ng harden na ngayon ay nag-iba na, bakit kaya? Siguro ayaw niyang maalala kung papaano ako lumabas sa gate na iyan no'ng oras na nagmakaawa siya na huwag ko siyang iwan.

"Kung lahat ng sulok dito sa bahay ay isa-isahin mong alalahanin ang lahat ng mga nangyayari noon, sigurado akong aabutin tayo ng umaga bago tuluyang makapasok sa loob." I snapped to reality when I heard Kuya Kane's explanation. Napaayos naman ako sa aking sarili saka siya nilingon.

I bit my lower lip before I gain courage answered him. "Pasensya na, Kuya. Sadyang marami lang talaga akong iniisip," palusot ko sa kaniya.

He nodded and smiled. "Let's go inside, baka kanina pa naghihintay sila mommy sa atin–"

"Nand'yan si Tita Cheallou?!" I asked with a suprise.

"What sort of question is that, Talia? Of course, nandito talaga si Mommy kasi pamamahay niya 'to," pilosopo niyang tugon.

I shrugged. "What I mean is–"

"Just stop making things complicated. Pinapahirapan mo lang lalo ang sarili mo. All you need to do is to enter in that f*cking mansion and enjoy the rest of your day with us, mm?" aniya. Enjoy? Papaano? Eh, kasama ko sila, e'di malamang hindi ko magagawa ang mag-enjoy.

Ilang sandali pa ay naramdaman ko ang kamay ni Kuya na nakahawak sa aking braso saka kinaladkad ako papasok sa loob. Pero ginawa niya iyon sa maingat na pamamaraan. Like what he said, hindi ko na inalala ang mga nangyari noon para hindi ko na gawing malala pa ang sitwasyon. Move on, Talia, move on.

"Anak? Jusko, Talia, nandito ka nga?!" hindi makapaniwalang sabi ni Tita Cheallou nang makita niya ako papasok sa mansion. Agad niya akong sinalubong saka hindi nagdalawang-isip na yakapin ako nang sobrang higpit. Ramdam ko sa yakap niya ang pangungulila.

I smiled at her, "Tita," nauutal kong tawag sa kaniya, saka tinugon ang kaniyang mainit na yakap.

"Oh my god—totoo ka nga?" hindi mapakali niyang tanong sabay pisil sa mukha ko nang tuluyan siyang bumitaw mula sa pagkayakap niya sa akin.

I heard Kuya Khane's chuckling, "Mom, alangan naman statue ni Talia iyang kayakap mo ngayon?" natatawang tanong niya sa ginang.

Pinandilatan niya ng mata ang kaniyang panganay na anak. "Son, I'm just can't believe that this is really happening right now, right here! Oh my god, Talia Ellaña Escober!" saka bumaling ulit sa akin ang kaniyang atensyon.

"I missed you, Tita. God knows how I wanted so bad to see you, and finally nangyari na nga."

"Bakit ngayon ka lang ulit nagpakita?" she asked and that makes me freeze.

Napansin yata ni kuya na nailalang ako sa tanong ng kaniyang ina kaya naisipan niyang sumingit sa eksena naming dal'wa.

"Mom, I think gutom na si Talia," suhesiyon nito, saka tumingin sa akin. "Just continue talking that weird stuffs over our dinner," dagdag niya pang komento.

Bahagya naman natawa si Tita sa narinig mula sa bibig ng kaniyang anak. "Right. Sorry for not thinking about that, anak. Thank you son for reminding me."

Tumango lang si kuya habang ako ay ngumiti ng mapait. "If you won't mind anak, p'wede bang tabi tayo ng upuan habang kumakain?" tanong niya nang makarating kami sa hapagkaina.

Mabilis akong tumango at lumapit sa kaniya. "Oo naman, Tita. I'll love that too." Agad naman kaming inalalayan ni Kuya para makaupo ng maayos sa aming puwesto bago kumain.

Tita Cheallou was about to ask me something pero naunahan ko siya nang mapagtanto kong iba na ang maids nila sa bahay. "Tita, if you won't mind… maaari ko bang itanong kung nasaan si 'nay Maria?"

Napahinto siya sa pag-inom ng tubig saka naiilang na tumingin sa akin. She held my hand gently and smiled. Pero pilit ang ngiti na iyon.

"That day when you left us, iniwan niya na rin kami." anito. Kumunot naman ang noo ko sa sinabi niyang iyon. Nais ko pa sana siyang tanungin sa ano ang nais niyang puntuhin pero may nakaagawang umagaw sa atensyon naming lahat.

Napatingin kami sa may pintuan ng kanilang mansyon, laking gulat ko na lamang nang mapagtanto ko kung sino ito. Pinakiramdaman ko ang tibok ng aking puso na ngayon ay tila may bandang nagaganap sa loob nito.

"'Dre, you're drunk again this time?" normal na tanong ni kuya sa kapatid, tila ba sanay na siya sa eksenang kaniyang nasaksihan.

"Hey, man. Nope. Tipsy lang ang brother mo," lasing na lasing na sagot ng kapatid sa kaniya.

Hindi nagawa ang magsalita kasi para akong sasabog dahil sa aking naramdaman. Siguro kung malapit lang ako sa pintuan ay kanina pa ako tumakbo palabas para lisanin ang mansyon.

"God, Clifton, palagi na lang bang ganito?!" hindi makapaniwalang tanong ni Tita sa anak. Palagi? means laging lasing ai CK?

Tinawanan lang ni CK ang kaniyang ina. Nasa pintuan pa rin siya, pilit na maglakad kaso hindi niya magawa ng maayos dahil sa sobrang kalasingan. Hindi niya pa rin napansin na nandito pala ako, mabuti naman iyon para sa akin kasi 'pag nagkataon… hindi ko alam kong ano ang gagawin at sasabihin ko lalo na ngayong lasing siya.

Akmang gagawa ulit siya ng kilos papalapit sa kinaroroonan namin ng kaniyang pamilya kaso bago pa man siya nagtagumpay na gawin iyon ay magbigla siyang natabig na kung anumang bagay sa gilid nito, saka may nahulog doon na ikinagalit niya ng husto. Sh*t!

"What the—I told you to throw this garbage, right? Bakit pa ba kasi 'to nandito?!" he exclaimed. Mas lalo akong nasaktan sa sinabi niya nang makita ko kung ano ang nais niyang ipaton sa bago nilang kasambahay. Ang aking talaarawan na siyang iniregalo ko noong birthday niya bago ko siya tuluyang nilayuan.

Naramdam ko ang mahigpit na kamay ni Tita na siyang nakahawak sa aking braso. Tumingin ako sa kaniya at tinugon ng mapait na ngiti ang nag-aalala niyang mukha. Magsasalita na sana siya kaso hindi niya iyon nagawa nang mapansin kong nag-vibrate ang aking cellphone. Dali-dali ko naman iyong kinuha saka binasa ang text doon dahilan ng napapikit ako nang mariin sa aking mata dahil sa nagawang e-text ni Marlot sa akin. Bakit kailangang sabay pa?

Umuwi ka muna, Talia. Nandito si Izrael, lasing na lasing. Nagwawala sa condo mo, hinahanap ka.

Siya O Siya?

Pagpili, iyan ang pinakamahirap na sitwasyong ayaw nating maranasan. Subalit kahit na ayaw mo, iyan naman ang nais ipagawa ng iba sa iyo.

I ALWAYS ready myself if this moment will happen, but now pakiramdam ko ay hindi na ako naging handa. Hindi ako makakilos, ni isang salita ay walang gustong lumabas sa aking bibig. After two months, higit dalawang buwan pa ang kailangang lumipas bago ko siya makitang muli. Pero para sa akin, sobrang sariwa pa ng mga nangyayari. Parang kahapon lang no'ng nilayuan ko siya nang tuluyan. Ngayon, nakatayo na siya sa aking harapan, sa may pintuan.

I stay calm dahil ayaw kong mag-react na lang bigla at makagawa na naman ulit ako ng mga kilos na siyang pagsisihan ko pagkatapos. I let out a deep breath to relax.

Nanatili pa rin akong nakaupo sa aking kinauupuan habang ang mata ko ay nasa sa aking cellphone. Hindi ko alam kung tutugunin ko ba ang text sa akin ni Marlot o hayaan na lamang. Si Tita ay nakatayo na ngayon kagaya ni Kuya Kane dahil sa eksenang aming natunghayan mula kay CK. Nanatili pa rin sa aking braso ang kamay niyang kanina pa nakahawak dito.

Nakita ko ang pag-iba ng reaksyon ni CK sa kaniyang mukha nang mahagilap ako ng kaniyang mga mata.

"Son." I snapped to reality when I heard tita Cheallou's voice.

There, ngayon ko lang napansin na unti-unti na pa lang papalapit si CK sa hapagkainan na kinaroroonan naming tatlo. Nakaramdam ako ng takot. Takot na baka pagalitan o ipahiya niya ako after what I did to him last time.

"Bro," pigil na pagtawag ni kuya Kane sa kapatid. Hindi niya pinapansin ang kapatid at nagpatuloy sa planong paglapit sa amin.

Nang nakatayo na ito sa may tapat ng kaniyang ina kasi nasa unahan si tita at ako ay nasa gilid niya. He looked at me seriously and that makes my heart beats fast. Parang may malakas na tugtugan sa loob. Talia, huminahon ka.

Later, ang seryoso niyang tingin sa akin ay napalitan ng tawa, tawang para bang may halong inis at pagkagulat. Siguro kasi nakita niya ako, ulit?

"Finally, you're here?!" He chuckled. Nagawa niya akong tingnan sa mata na ikinaiwas ko naman sa mga tingin nitong ibinibigay sa akin. "Nagpakita ka na ulit after two f*cking months, Escober! Nah, more than two f*cking months!" he exclaimed na ikinalingon ni Tita sa akin.

Miski siya ay nagulat sa naging reaksyon ng kaniyang bunsong anak. "I'm sorry for his action and words, anak," nahihiya niyang pagpaumanhin sa akin na ikinatango ko na lamang ng pilit.

"Its ok, Tita. I understand—" Hindi ko man lang magawang tapusin ang aking nais sabihin nang magsalitang muli si Clifton.

"Kailan mo pa natutunan ang umintindi, El?" natatawa niyang tanong na ikinayukom ko sa aking mga kamay.

Napabaling naman ako kay kuya Kane na ngayon ay nilapitan na ang kapatid pero hindi pa rin siya nagtagumpay sa nais nito nang mainis na si CK.

"Bro, let's go. Kailangan mo lang itulog 'yan—"

He tsk-ed for what his Kuya's wanted him to do. "Why? Hindi naman ako inaantok, ah?" aniya, saka bumaling ulit sa akin. Nakagat ko naman ng mariin ang aking pang-ibabang labi sa sunod-sunod niyang mura na aking narinig. "You? Baka ikaw, inaantok ka? Mukhang kulang ka yata sa tulog e, kasi ang tamlay ng mga mata mo. Hindi ka ba inaalagaan ng maayos ni Adi mo?" He smirked.

"Clifton Khale?!" awat ni Tita sa anak.

"What now, Mom? I'm just telling her the truth, mm?"

Sa pagkakataong ito, ako na naman ang humawak kay tita sa kaniyang kaliwang kamay para pakalmahin siya. "Ayos lang po, Tita," nakangiti kong sabi sa kaniya. Umiling naman ito sa aking sinabi. Pagkatapos, nagawa kong isingit sa eksena ang tungkol sa text sa akin ni Marlot kanina, kaya kinakailangan ko ang makauwi sa ngayon. Baka ano na naman ang ginawa ni Adrian sa condo at nagkataong lasing pa nga ito. "'Nga po pala, kailangan ko po ang umalis. May emergency lang po kasi sa bahay—"

"Don't—don't leave me, Talia," putol na nauutal niyang sabi na aking ikinagulat. Right, lasing nga siya, sobra.

Akmang kikilos na sana ako para makaalis na subalit mas lalo pa akong nasurpresa nang bigla na lamang niya akong nilapitan at hinawakan ang aking braso. Kahit si tita Cheallou man at nagulat sa ginawa ng anak. Pilit kong kumawala sa paghawak ni CK sa akin pero hindi ako nagtagumpay. No'ng napansin ni Kuya na naiilang ako sa sitwasyon, hindi siya nagdalawang-isip na lapitan ang kapatid para awatin sa kasalukuyan nitong ginagawa.

"Bro, let her go. You heard her, right? Emergency—" Pero gaya ay hindi niya rin hinayaang patapusin si Kuya sa nais nitong sabihin. Kibit balikat niya na lamang hinayaan ang kapatid but he make sure na nakaalalay lang siya sa kung ano man ang maaaring mangyari.

Mas naramdaman kong humigpit ang paghawak ni CK sa akin. Naamoy ko rin ang alak na mula sa kaniya, amoy pa lang nito ay para na rin akong nalalasing. While tita Cheallou stays silent kahit ramdam ko ang pag-aalala niya.

Naghahanap pa rin ako ng tamang tiyempo para makaalis, bumuntong-hininga ako para kumalma man lang. Magsasalita na sana ako kaso hindi ko iyon na nagawa nang marinig ko ang sunod niyang pakiusap sa akin.

"Just for tonight. Kahit iwan mo na ako ulit pagkatapos, kahit ngayon lang. Gusto lang talaga kitang makausap." I felt his hands trembling on mine. Napansin ko rin na hinang-hina na siya gawa ng kalasingan. I want to stay to help him to be sober but not just for tonight. I need to go home so badly.

"Sorry, CK, sadyang—"

"Its him, right?" he asked his cold voice. I saw blank reaction on his face. I looked at him on his eyes pero umiwas siya sa tingin kong iyon, tila ba nahihiya ito.

Ayaw kong maulit muli ang nakaraan na kailangan ko na naman ulit ang mamili sa pagitan nilang dalawa.

"Siya na nga ang pinili mo noon, siya pa rin ba hanggang ngayon?" dagdag niya pa na ikinakirot ng aking dibdib. Kung kanina nagawa niya akong tanungin gamit ang malamig niyang boses, ngayon ay nagbago ito.

Alam ko na hindi ko siya pinili noon pero bakit pakiramdam ko ay kasalan ko lahat. Did I really hurt him so bad para maging ganito siya ka sira? Look, I mean... kakaiba na siya sa Clifton na nakilala ko. Hindi 'yon naglalasing kagaya sa nakikita ko ngayon, e. His far different from the CK I knew before.

I was about to answer CK's question but my phone's beep. Nakita ko naman agad sa screen ang text ulit ni Marlot kaya binasa ko na ito agad. Napahilot ako sa aking noo dahil sa aking nabasa.

Ang tagal mong mag-reply, ayan naunahan ka na naman ni Myks. Inuwi niya na si Izrael kasama niya.

"Talia, hija?" tawag sa akin ni Tita nang mapansin niya ang aking ginawa. Nilingon ko ito and whispered the word, "Ayos lang po ako." na kaniya namang ikinatango.

Nanatili pa rin kami sa ganoong eksena. Si kuya nasa tabi pa rin siya ni CK, pero nakahawak na ito sa magkabilang balikat ng kapatid kaya ngayon ko lang din nalaman na hindi niya na pala ako hawak-hawak. Namayani ang katahimikan sa pagitan naming lahat hanggang sa narinig na lang namin bigla si Clifton na tumawa ng kaunti at nagsalitang muli na siyang ikinalaglag ng aking panga.

"Fine! Just be happy, bayad ka na sa akin if nagawa mo ang maging masaya... sa piling niya," paalala niya sa akin, saka tuluyang nakatumba sa sobrang kalasingan. Nagulat naman ako ro'n, mabuti na lamang at nasalo siya ni kuya na gulat na gulat din sa kaniyang pahayag.

"Dude! The hell, you're too heavy! Goddammit!" reklamo niya sa lasing na lasing na bunsong kapitid nang matumba ito sa kaniya.

His words haunts me like hell. Gosh, babalik na naman ba ulit ako sa dati? Sa tangang Talia 101?

KANINA pa ako palibot-libot sa isang silid, para bang hindi ako mapakali. Ano ba kasi ang pumasok sa kukuti ko at pinasok ko ang eksenang ito? God, mas lalo na akong nahirapan.

"So you're with that Del Franco right now in one room, br*ha?! Gosh!" nakakarinding tanong ni Marlot sa akin sa kabilang linya na siyang ikinabalik ko sa realidad. I almost forget na may kausap pala akong kanding.

I rolled my precious eyes at her. Bahala na kung hindi niya kita iyon. "Oo nga sabi, e. Paulit-ulit?" naiinis kong tanong pabalik.

I heard her gasped on the other line. "I just can't believe it! Paano mo nakayanan na makasama siya sa iisang k'warto after all what he did to you?" pag-iinarte niya pang tanong ulit. Kung kaharap ko lang 'tong babaeng 'to, siguro kanina ko pa siya nasapak.

I wet my lips before I answered her. "Naipit ako sa sitwasyon, Marlot." mahina kong tugon.

Kung hindi lang nakiusap si tita sa akin kanina na samahan ko muna si CK ngayon, hindi ko gagawin ito. Tumatanaw kasi ako ng utang na loob kaya ko 'to ginagawa. Ayaw ko rin na hindi pagbigyan si tita kasi noon kahit busy siya at mahirap ang mga pabor na hinihingi ko sa kaniya ay nagawa niya pa rin iyong gawin para sa akin. So I'm just doing a favor. Ibinalik ko lang ang kabutihan niyang iyon. Sana si Nanay Maria ay magawa ko ring ibalik ang sakripisyo niya para sa akin.

Speaking of Nanay, nasaan kaya siya? Bakit siya umalis no'ng umalis din ako?

Imbes na mag-isip pa kung ano-ano ay ibinalik ko na lamang ang aking atensyon sa kausap kong kanina pa putak nang putak sa kabilang linya.

"Naipit ka lang, pumayag ka na na maging sitter ng isang baby damulag kasi lasing?"

"Marlot!" impit na sayaw ko sa kaniya pero nagawa niya lang akong tawanan.

"What? God, Talia, kung sana umuwi ka at pinuntahan mo si Adrian, nako, gurl, marami ka talagang malalamang hindi mo aakalain na malalaman mo pala–" Hindi ko natapos pakinggan ang kaniyang mga sinasabi nang si CK naman ngayon ang umagaw sa aking atensyon nang bigla itong nagsalita. Nananaginip ba siya?

"El, please, stay! Huwag mo kong iwan, please?" nagmamakaawa niyang kausap habang nakapikit ang kaniyang mga mata dahilan ng may kung ano ang sumakit sa aking dibdib.

Unti-unti kong ihinakbang ang aking mga paa papalapit sa kaniyang kama para tingnan kung gising ba ito o ano. Natigilan naman ako sa aking ginawa nang may narinig pa akong ingay sa aking cellphone. God, kausap ko pa pala si Marlot.

"Talia, are you still there?" nagtataka niyang tanong pero hindi ako umimik kasi nasa kay CK ang aking diwa. "Talia?!"

Inilapit ko ulit ang aking cellphone sa aking tainga. "Sorry, Marlot. I'll call you back later," wala sa sarili kong untad.

"What—" I didn't let her finish her words and I pressed the end button.

Pagkatapos kong patayin ang tawag, ipingpatuloy ko ang paglapit ko kay CK na naudlot. Nang makalapit na ako nang tuluyan sa kaniya, naaninag ko ang malungkot niyang mukha sa pamamagitan ng ilaw lampshade na maliit sa tabi ng kaniyang kama.

I walked closer to him saka naupo sa bed side nito para alamin if ok lang ba siya. Kinakabahan lang talaga ako.

"CK?" mahina kong tawag na siyang ikinagalaw ng kaniyang ulo mula sa kaniyang pagkahiga sa king size bed niya.

"Gagawin ko lahat, iiwan ko si Aivie. 'Wag mo lang ako iwan, El." hikbi niyang pakikiusap. Napaawang naman ang aking bibig sa narinig. Palagi ba siyang ganito?

Hinawakan ko ang kanan niyang balikat at marahan siyang tinapik para magising siya sa masamang panaginip. "CK, hey. Gising, nanaginip ka lang," pakiusap ko.

Nanatili lang siyang nakapikit at gano'n pa rin ang reaksyon ng kaniyang mukha, malungkot, sobra. Ito ba ang dulot gawa sa pang-iiwan ko sa iyo sa araw na iyon, Clifton?

"Please, don't," pakiusap niya pa na ikinakirot na nang husto ng aking puso.

"Clifton, nandito ako, hindi ako umalis," pag-aalo ko sa kaniya. Hindi ko namalayan na tumutulo na pala ang aking mga luha. Ewan pero nasaktan ako sa aking nasaksihan. Ganito ba siya lagi? Gano'n ba kalala ang epekto sa pang-iiwan ko sa kaniya noon?

Napatakip ako sa aking bibig nang marinig ko deretso sa aking tainga ang mga salitang kaniyang binitawan na siyang bumulabog sa akin.

"Iniwan niya ako. Iniwan ako ni Talia, 'mmy. Hindi niya na ako natiis pa. She left me."

Clifton, I'm sorry. Sorry for leaving you like this.

"CK–" nauutal kong hindi natapos na tawag sa kaniyang pangalan.

"I–I love... " huminto siya nang masabi niya iyon. Umasa ako na baka this time maririnig ko na ang matagal ko ng gustong marinig. Pero hinidi, iba ang naibulalas niya. "Please, stay," saka nakatulog siya ulit.

Is it all worth it if I will stay–with him this time?

UMAGA na pero ang sarap pa rin matulog. Kahit gustuhin ko man na matulog ulit ngunit 'di ko magagawa 'yon kasi wala ako sa sarili kong pamamahay, nasa bahay ako ng isang lalaking lasing kagabi.

Until now, naging palaisipan pa rin sa akin ang mga narinig at nadiskubre ko mula kay Clifton. I just can't move on, para bang nakaukit iyon sa isipan ko na gustong-gusto kong burahin pero hindi ko magawa.

I stopped thinking too much nang makita kong lumabas na sa k'warto ang lalaking kanina ko pa hinihintay.

"Sh*t, my head! Ang sakit ng—Talia?" gulat niyang tawag sa pangalan ko nang makita niya akong nakaupo sa sala na naka-cross ang dalawa kong paa.

Obviously, halata talaga na ang dami nang nainom niya ka gabi kung ang pagbabasehan ay ang itsura niyang gulat na gulat na nakatingin sa akin ngayon.

Bakit ba kasi nag-iinom kung mag-re-reklamo na masakit ang ulo pagkatapos?

Tikom lang ang bibig niya, tila hindi pa rin siya makapaniwala na nakikita niya ako. Tumayo ako sa aking pag-upo, inayos ko muna ang sarili ko bago naisipang magsalita.

"Adrian," tawag ko sa kaniya. Yes, after kong umuwi galing kina Clifton, agad akong pumarito para kamustahin siya at kausapin kung bakit siya nagwawala sa condo kagabi.

"What are you doing—'Teka, papaano ka nakapasok dito sa loob?" naguguluhan niyang tanong. Seriously? Gano'n na ba ka laki ng tama ng alak sa kaniya para makalimutan niya kung papaano ako nakapasok dito?

I shook my head and rolled my eyes at him. "May duplicate ako ng susi mo, remember?"

"Hell! Sorry, nakalimutan ko. Sana hindi na lang talaga ako uminom, gosh!" said he.

Umalis ako sa harapan niya, saka tunungo ang lamesa sa may malapit sa kinatatayuan ko kanina at dinala sa mini kitchen nito ang pagkaing niluto ko for him.

"May dala akong pagkain, nagluto rin ako ng sabaw para sa hangover mo baka magwala ka na naman," paalala ko sa laisng kong kausap.

"How did you know na nagwala ako?"

I sighed. "Pumunta ka raw sa condo ko kagabi–" He cut me off.

"That, oh sh*t! I'm sorry. May nagawa ba akong masama? Nasaktan ba kita or minura ba kita kagabi? Nako, sorry. Wala talaga akong maalala." He meant it. Pero kailangan pa talaga ang magmura sa harapan ko, Crisanto?

I shrugged. "No, its ok. Wala naman ako sa condo kagabi kaya hindi ko alam ang mga ginagawa mo ro'n." Ipinagpatuloy ko lang ang paglalapg sa mga pagkaing dala ko sa mesa niya.

Mayamaya pa, dumulog na rin siya sa hapagkainan. Ikinuha ko siya ng kutsara at pinggan para makakain. Nang mailapag ko na iyon sa mesa ay agad naman siyang naupo para makakain.

"Nasaan ka pala... kagabi?" tanong niya habang naglalagay ng kanin sa kaniyang plato.

"I'm with kuya Kane, CK's eldest brother. Sinama niya ako sa kanila," lakas loob kong tugon sa kaniya.

I heard him outing a deep breath. "Nagkita kayo?" malamig niyang tanong.

"Yeah," walang gana kong tugon.

"Kamusta siya?"

"Actually, doon na ako nakatulog sa kanila." Simpleng sagot lang iyon pero hindi ko aakalain na maging big deal pala iyon sa kaniya.

"Why? I mean... sa guest room ka ba natulog?" I stopped putting broth on his plate and look at him. After that, tinalikuran ko siya kasi ikukuha ko sana siya ng tubig sa ref pero hindi ko iyon naituloy dahil sa pagputol niya sa aking pag-aming ginawa.

"Nope. Sa k'warto niya mismo ako natulog—"

"You slept with him?" he asked curiuosly.

Nilingon ko siya this time. "Adrian." Nagulat naman ako nang binitawan niya ang kaniyang hawak-hawak na kutsara saka tumayo nang walang pasabi.

"The door is open," kaswal niyang ani.

"Adi," I called out his name again.

Lalapitan ko sana ito pero I suddenly remember something... Why I am acting like this? God, hindi pa pala kami ok pero bakit ko 'to ginagawa? Sa pagkakaalam ko, nagpunta lang ako rito para tanungin siya about last night. Pero bakit may pa asikaso-kaso at kuha-kuha pa ako ng pinggan for him na nalalaman? Talia, you've gone crazy!

Hindi ko na lang iyon pinansin at ibinalik ang toon ko kay Adi. Ano pa ba magagawa ko e, nagawa ko na, kanina pa.

I saw the anger that drawn in his face and the pain living in his beautiful eyes. I wanted to stop him but I can't.

"You can leave if you want. Thanks for the foods, kakainin ko na lang 'yan later."

After, tinalikuran niya na ako at walang pasabing padabog na isinara ang pinto sa kaniyang k'warto.

Pinahanap

Kung may hihilingin man ako sa araw na ito, 'yon ay walang iba kun'di ang makalaya sa mapanlinlang na katotohanan.

"WHAT DID you do again this time, Talia?" galit na palihim kong tanong sa aking sarili nang tuluyan na akong makalabas sa condo ni Adrian.

Lakad lang ako nang lakad para linsanin ang lugar pero bago pa man ako tuluyang lumayo, nilingon ko ulit ang pinto ng kaniyang condo, nagbabakasakaling susundan ako ng kaibigan. Napangiwi naman ako nang napagtanto ko na galit pala siya kaya hindi niya iyon magagawa.

"What are you doing here?" tanong ng isang boses babae na pamilyar sa akin, nilingon ko ito nang dahan-dahan.

"M—myka?" gulat na tanong ko sa babaeng aking kaharap. Hanggang ngayon, gulat pa rin ang dulot niya sa akin.

Napansin ko ang mga titig niyang tila para akong kakainin ng buhay. I'm used to it kasi gan'yan na naman talaga ang mga titig niya kahit na magkita kami, lalo na't kung hindi ko kasama si Adrian.

"Nice to see you again, Talia. I mean—masaya ako't nagkasalubong na naman tayo na tayong dalawa lang," kaswal niyang sabi saka marahang natawa.

"Sorry, I have to go—Myka!" sigaw ko bigla nang hagitin niya ako ng mabilis sa aking braso. I looked at her, trying to calm myself. Nakita ko naman ang namumuong galit sa kaniyang mga mata pero hindi ako natatakot doon.

"Binalaan na kita, matigas ka pa rin? Ano pa ba ang gusto mo, ha?" Mas lalo kong naradaman ang kamay niyang mariin na ngayong nakahawak sa akin. Sinubukan kong tanggalin iyon pero ako'y tila nawawalan ng lakas.

"Please, kahit ngayon lang. Ayaw ko ng gulo," pakikiusap ko, tiningnan ko siya sa mata kaso wala akong ni anong emosyong nakita roon. Idiniin niya ang kaniyang sarili sa akin, saka unti-unting inilapit ang kaniyang bibig sa aking tainga.

"Sa oras na nagpupumilit ka pa rin, Talia, hindi lang paglayo ang hihilingin ko sa 'yo... kundi pati na rin ang bagay na pinakaayaw mo," paalala niya na aking ikinalunok, nakaramdam naman ako ng kakaibang kaba sa kaniyang pagbanta.

Wala akong ibang ginawa kundi ang matulala sa aking narinig. Hindi naman nakatakas sa tainga ko ang kaniyang mahinang pagtawa bago ako tinalikuran at nagdoorbell sa condo ni Adrian. May sariling mundo ang paa ko kaya hinayaan ko na lamang itong hatakin ako papalayo sa lugar.

Alam kong magiging maayos din ang lahat at babalik din sa dati ang buhay ko. Ngunit sa ngayon, kailangan ko muna ang magtiis sa ganitong sitwasyon.

NANG MAKAKABABA na ako condo unit kung saan naroon din ang silid ni Adrian, wala akong pasabing naghintay ng taxi'ng masasakyan upang makauwi na rin sa unit ko. Kailangan ko rin ang magpahinga, naging busy rin ako masyado. Siguro after nito, saka ko na dadalawin ang aking mga kapatid.

Papara na sana ako ng taxi'ng papalapit sa akin kaso may nahagilap ang aking paningin sa may 'di kalayuan. Sa may bandang kanan na biglang nagpakaba sa akin. I swallowed hard, nagbabasakaling namamalikmata lamang ako sa aking nakikita. Bakit siya nandito?

Ihinakbang ko pausog ang aking paa sa daan kung saan ako nakatayo para suriing mabuti ang aking nasaksihan. Pero... hindi ako nagkakamali kasi– nakikita ko nga ang taong matagal ko ng hinahanap.

Naging mabigat ang aking paghinga, gusto ko siyang tawagin kaso tila ako'y nawawalan ng boses. Nanatili lang ang tingin ko sa taong ngayon ko lang ulit nakita. I was about to turn my back dahil para akong naduduwag na lapitan ito kaso lumuwa ang aking mata nang magtagpo ang aming mga titig sa isa't isa. Like me, nagulat din ito nang makita niya ako. This can't be–hindi ito maaaring mangyari!

Nakita ko ang unti-unting paghakbang niya papalapit sa aking kinatatayuan, umiling-iling ako sa kaniyang ginawa kaso ipinagpatuloy lang niya. Bago ko pa man naisipang talikuran siya, nagawa pa akong tawagin ng taong pinabayaan ako.

"Talia!" tawag niya sa akin, hindi ko siya pinansin. Napangiwi ako, saka ko siya tinalikuran kaso napapikit ako ng mariin nang bigla ko na lamang naramdaman ang kamay niya sa braso ko. Really? Ang bilis, ha? Hindi ko siya nilingon muli, hinayaan ko na lamang siya sa kaniyang ginawa.

"Anak." When I heard her calling me like that it makes me emotional. Ngayon, nagawa niya akong tawaging muli sa nakasanayan niya.

Dahan-dahan ko siyang nilingon, walang emosyon ang aking mukha na nakatingin sa kaniya. After how many months, naalala ko pa rin ang pag-abandunang ginawa nila sa akin ng aking ama. I want to forget it, but I can't.

Gano'n pa rin siya, kahit na sobrang laking ibinawas niyang timbang nananatili pa rin ang kagandahang kaniyang taglay. Masaya kaya ang buhay niya matapos niya akong hindi piliin sa araw na iyon?

I looked at her on yes eyes, kumirot naman ang dibdib ko nang mapagtanto kong umiiyak na pala ito. Nanatili pa ring blangko ang aking ekspresyon hanggang sa nagsalita siyang muli na ikinaiyak ko na rin.

"Anak, Talia," maiyak-iyak niyang tawag sa pangalan ko, saka ako niyakap ng mahigpit. "Sorry, anak," dagdag niya pa na akin na ring ikinaluha. Ayaw kong umiiyak pero hindi ko na mapigilan ang aking sarili. Namiss ko siya, aminado ako ro'n. Nang marinig ko ang kaniyang hagulgol, doon na ako nawalan ng lakas at napayakap din ako ng mahigpit sa aking ina.

"N–nay," my voice crack. "Na–anay," tawag ko ulit dito, naramdaman ko naman ang paghagod niya sa akong likod. If seeing her again makes me complete and feel loved, I want to thank God for letting this day to happen.

Mayamaya pa, ako na mismo ang kumalas sa yakap niya, agad ko namang pinunasan ang aking mga luha. Pinunasan niya rin ang sa kaniya, saka ngumiti sa akin ng pinakamatamis na ngiti. I missed her, that's smile too.

"Anak–"

"Why are you here? Ano'ng ginagawa niyo rito sa Maynila?" putol kong tanong sa kaniya, napahawak naman siya ng maigi sa kaniyang damit.

"Hinahanap ka," mahina niyang tugon, napatawa naman ako sa kaniyang sinabi.

"Bakit ngayon pa?"

"T–talia?" I bit my lips. Napakamot naman ako sa aking noo saka napahawak sa aking sentido bago siya muling tiningnan.

"Hindi niyo ako pinili, 'di ba? Ano naman ang nag-udyok sa inyo na hanapin ako? Konsensya?" sunod-sunod kong seryosong tanong na kaniyang ikinayuko. ais kong maging mabuti sa kaniya at respetuhin siya kasi sa kabila ng lahat, ina ko pa rin ito. Pero hindi, nag-iiba ang ugali ko lalo na't naaalala ko ang ginawa nila ni Tatay noon.

Hindi ko siya hinayaang tugunin ang tanong ko nang may nakita akong malapit na kainan na malapit sa kinaroroonan namin. Siguro senyales ito na kailangan naming mag-usap ng masinsinan bago pa namin masaktan ang isa't isa gamit ang mga salitang hindi rin namin nais na bitawan.

"HERE'S YOUR ORDER, Ma'am," nakangiting sabi ng waitress, saka isa-isang inilapag sa mesa ang mga pagkaing inorder ko para sa amin ng aking ina.

"Thank you," pasasalamat ko, tumango naman ito sabay ngiti at umalis. Nag-ayos ako ng upo saka uminom muna ng tubig.

"Kain po muna kayo, mukhang hindi pa yata kayo nakakain," utos kong sabi sa kaniya, ngumiti naman siya.

"Salamat, anak. Ikaw, kain ka na rin. Medyo pumayat ka, ah? Hindi ka ba pinakain ng maayos—"

"Kailan pa kayo nagkaroon ng pakialam sa akin?" Natigilan siya sa tanong kong iyon.

"Sorry." Narinig ko ang kaniyang malalim na pagbuntonghininga. Hinawakan niya ang aking kamay, wala akong magawa kaya hinayaan ko na lamang siya. "Nais ko lang naman sanang makabawi, Talia," sabi niya gamit ang mahina niyang boses. I shaked my head. Binawi ko naman ang kamay ko sa kaniya.

"Hindi na, 'nay. Sirang-sira na ang pamilya natin, hindi na rin kayo makakabawi sa akin," malungkot at seryoso kong tugon dito.

"Talia, alam kong malaki ang kasalanan ko sa 'yo, lalong-lalo na sa mga kapatid mo—"

"Alam mo naman pala, e." I chuckled, trying to hide the pain inside of me. Binasa ako ang aking pang-ibabang labi bago nagsalitang muli. "Sana alam niyo rin kung gaano niyo ako—kami nasaktan," walang emosyon kong ani.

"Babawi ako, 'nak," pagpupumilit niya pa.

"Kumain na lang po tayo, baka kasi may masabi pa akong masama sa 'yo." Natahimik siya sa sinabi kong iyon, nagawa ko na namang uminom muli ng tubig. God, please guide me.

Tahimik kami ni Nanay matapos kong sinabi iyon sa kaniya, hindi ko naman maiwasang hindi mapatingin dito habang kumakain. May kung ano naman sa akin ang nasaktan nang masaksihan ko kung gaano siya ka gutom, para bang ngayon lang siya nakakain ulit.

Kung hindi ko lang siya kilala kanina, napagkamalan ko itong pulube tulad nang makita ko si Beng sa park noon. Simple lang ang damit na kaniyang suot, gusot-gusot at may mga butas. Ang suot niya namang pang-ibaba ay isang saya na hanggang talampakan at naka-tsinelas lang ito. Napalunok naman ako nang makita ko ang umaalon niyang kulot na buhok na tila walang suklay ng ilang araw.

Hindi ba siya inaalagaan ng bago niyang asawa? Nang maitanong ko iyon aa aking sarili, hindi ko naman maiwasang hindi magtaka kaya napaayos ako muli sa aking kinauupuan.

"Nasaan nga po pala si Allan?" tanong ko na kaniyang ikinaubo. Dali-dali ko namang inabot sa kaniya ang tubig na hawak ko, saka niya iyong ininom. "Ayos ka lang po?" pag-aalala kong tanong na kaniyang ikinatango.

"Oo, pasensya na," anito sabay pahid ng table napkin sa kaniyang labi.

"Bakit hindi niyo kasama si Allan, 'nay?" tanong ko ulit nang makitang maayos na siya. Malungkot siyang tumingin sa akin, kinabahan naman ako sa tingin niyang iyon.

"Masarap pala ang bicol express nila rito, parang gusto kong mag-uwi ng isang serve," pag-iiba niya sa usapan, pero hindi niya ako nauto sa ginawa niyang iyon.

"I'm asking you. Nasaan si Allan?" seryoso at medyo tumaas na boses kong tanong. "May nangyari ba? Kaya ka ba nagpapakita ngayon kasi kailangan niyo na naman ang tulong ko?" Hindi ko maiwasang hindi mainis nang maitanong ko iyon sa aking ina. Naalala ko naman bigla ang ginawa ni tatay sa akin no'ng ginamit niya si Beng para huthutan ako.

"Hindi," aniya. "Hindi ako nagpakita sa 'yo para huthutan ka, Talia."

"Kung gano'n, bakit ka nandito? Bakit mo ako hinahanap? At bakit hindi mo kasama ang kapatid ko?" Naghintay rin ako ng ilang segundo bago niya sagutin ang mga katanungan kong iyon.

"Pinahanap ka ni Allan sa akin," sagot niya na ikinakunot ng aking noo. "Kaya ako lumuwas ng Maynila para tuparin ang pangako ko sa kaniya," dagdag niya pa, nakita ko naman ang kalungkutang biglang gumuhit sa kaniyang mga mata.

"Kung hindi dahil kay Allan, hindi niyo ako hahanapin? Gano'n ba?" I smirked, kumirot naman ang aking puso dahil sa aking tanong.

"Anak, hindi." Nanatili pa rin ang tingin ko sa kaniya. "Matagal ko na ring gustong gawin 'to kaso wala akong lakas ng loob para magpakita sa inyo sa dami ng atraso ko," pag-amin niya, pero hindi iyon ang nais kong malaman at marinig. I gulped hard to ask her again.

"Sabihin niyo na, 'nay. Nasaan ba talaga si Allan?" Imbes na sagot ang makukuha ko mula sa aking ina, nagulat na lamang ako nang bigla niya akong hawakan sa dalawa kong kamay nang mahigpit. Hindi naman nakaiwas sa akin ang mata niya na ngayon ay lumuluha, kinabahan naman ako sa aking nasaksihan. May nangyari ba kay Allan?

HINDI KO ALAM kung saan ako dadalhin ni Nanay matapos niya akong ilabas kanina sa restaurant na kinakainan namin. Pagkatapos no'n, sumakay kami ng taxi. Nagulat nga ako kasi siya ang nagbayad ng pamasahe namin. Kanina pa kami lakad nang lakad nang makababa kami sa sasakyan, sinundan ko lamang siya kung saan niya ako planong dalhin.

Ilang sandali pa, bigla siyang huminto sa isang sulok na kung saan ay kailangan pa naming yumuko para tuluyang makapasok sa loob. Nang makapasok na kami roon, agad naman akong nagtaka nang sumalubong sa amin ang isang espasyo na sobrang lawak. Nagtaka naman ako kung bakit niya ako dinala rito. Pero hindi, may mali, kakaiba ang lugar na kinatatayuan ko ngayon.

Mayamaya pa, huminto si nanay sa may maraming– puntod?! Nandito ba kami sa semenyeryo? Agad ko naman siyang nilapitan sa kaniyang kinatatayuan, napalunok naman ako nang mapagtanto kong huminto siya sa isang puntod na may kandilang bagong sindi pa lamang. Namamawis ang aking palad, dinadaga naman ang aking dibdib. Nawa mali itong iniisip ko.

"Ano'ng ibig sabihin nito, 'nay? Bakit tayo nandito sa sementeryo?" taka kong tanong na ikinatingin niya lang sa akin ng seryoso. Yumuko ako dahilan ng makita ko ang isang puntod na nagbigay sa akin ng kakaibang kaba. "Sino 'to?" I tried my voice not to rasp. Nanginginig naman ang aking kamay habang tinuturo ang puntod.

I felt my mother's hand on mine, nakita ko naman ang pag-iba ng ekspresyon sa kaniyang mukha. Bigla itong nalungkot at nanghina.

"Matagal na tayong iniwan ni Allan, 'nak," tugon niya na aking ikinahina. Natagpuan ko na lamang ang aking sarili na napaupo sa damuhan, tila nawawalan ng ulirat kasabay ang pagsilabasan ng mga nag-aalab kong luha.

Ito ang masakit na katotohanan, ang katotohanang gustuhin kong maging isang hamak na panaginip na lamang.

Angel

Ang ating luha ay siyang sumasalamin sa tunay na nilalaman ng ating damdamin.

SA TANANG BUHAY KO, ito ang pinaka-hindi ko inaasahan, ang magpaalam sa isa sa mga taong pinakamamahal ko. Hindi ko alam kung ano ang ere-react ko sa aking narinig mula sa aking magulang. Naramdaman ko naman ang pagdilim ng kalangitan na tila nakikiayon ito sa aking nararamdaman. Para akong nababaliw sa sinabi ni nanay, tila ba pakiramdam ko ay sobrang lupit sa akin ng tadhana. Hindi ko rin mapigilan ang hindi mapatanong kung bakit ang lahat ng ito ay sa akin pa talaga nangyari?

I slowly tap my brother's tomb, hindi pa rin ako makapaniwala na siya ang laman nito. Saka ko lang napagtanto nang punasan ko gamit ang aking kamay ang dumi roon dahilan ng makita ko ang kaniyang pangal.

In Loving Memory of Allan Arkanghel Escober.

Like his name, he's now became our angel—our sweet angel.

Bumigat lalo ang aking paghinga gawa ng aking pagluha, tila ako ay nawawalan na ng pag-asa sa lahat. Sa kabila ng pag-alaga ko kay Beng at Tonton, hindi ko man lang naalala na may isa pa pala akong kapatid na nawalay sa akin at nangangailangan din ng aking aruga at pagmamahal. Saan ako nagkulang? Maituturing pa kaya akong panganay pagkatapos ng lahat ng 'to?

"'Nak." Napaupo na rin si nanay kagaya ko ngayon habang pinagmasdan ang puntod ng aking musmos na kapatid.

Kung nagkulang ako bilang ate nila, alam ko ring mas lalong nagkulang ang aking mga magulang. Siguro, kung hindi lang sila nagkaroon ng iba't ibang buhay, hindi sana namin napagdaanan ang lahat ng 'to ngayon. Allan doesn't deserve to die like this—ang dapat niyang gawin sa murang edad ay magsaya at mag-aral, hindi iyong nakahimlay at wala nang buhay.

Unti-unti kong nilingon ang aking ina, mas lalo akong nasaktan nang makita kong namumugto na ang kaniyang mata sa kakaiyak at pulang-pula na ito. Kagaya ko, nasasaktan din siya.

"P–paano? Bakit? Kailan p–pa?" garalgal na tanong ko sa kaniya.

"Talia–" I cut her off. Pilit akong umiling sa nais niyang ipaintindi sa akin.

"Hindi, 'nay! Buhay pa si Allan–buhay pa siya! Buhay ang kapatid ko!" reklamo ko rito, naramdaman ko na lamang ang pagyakap niya sa akin mula sa likuran.

Hindi pa rin nagpaawat ang aking mga luha, naramdaman ko na ang pagod gawa ng aking kaiiyak. Ewan ko, tila ako ay nawawalan na ng gana na magpatuloy sa buhay dulot ng nangyari. Paano kung malalaman ito nila Beng? Ano ang gagawin ko?

Mayamaya pa, naramdaman ko ang kamay ni nanay na nakahawak sa akin. Nilingon ko siya, hindi ko naman maiwasan ang 'di malito sa kaniyang sunod na sinabi.

"Ginawa namin ng tatay mo ang lahat, Talia, pero si Allan na rin mismo ang sumuko," sabi niya bigla, hinarap ko ito nang maayos.

Paano nadawit ang pangalan ni tatay kung matagal na silang hiwalay at hindi nagkikita? Kasi sa pagkakaalam ko, sa mismong araw na umalis ako sa bahay ay iyon din ang araw na nagkawatak-watak kami–gaya sa sinabi ni Beng at Tonton sa akin noon.

"A–ano'ng ibig n'yong s–sabihin?" nabubulol kong tanong, naguguluhan ako sa kaniyang sinabi.

"Kahit hiwalay na kami ng ama mo, nagawa niya pa rin kaming kamustahin ni Allan nang palihim noon, Talia. Lalo na no'ng nalaman niya na palagi akong sinasaktan ng bago kong kinakasama." My lips parted slowly from what I've heard. "Hanggang sa isang araw no'ng dumalaw siya, kami lang ni Allan ang naiwan no'n sa bahay kasi ang bisyoso kong kinakasama ay iniwan na lang kami ng basta-basta. Sa pagdalaw niya iyon ay insaktong may lagnat si Allan, tatlong araw na iyon. Naisipan ng tatay mo na dalhin ito sa hospital..." huminto siya saglit saka pinunasan ang kaniyang luha, nakikinig lang ako sa kaniya. "Hindi ako pumayag sa nais niya kasi wala akong perang pambayad kaso sinabi niya sasagutin niya lahat ng gastos. Doon ako nahiya, kasi sa kabila ng panggag*go ko sa kaniya, nagawa niya pa rin ang maging mabuting ama kay Allan—sa inyo," dagdag niyang paliwanag na hindi ko alam pero ikinaiyak ko na rin.

Ewan ko, pero may parte sa akin na nakokonsensya dahil may hinala ako na may kinalaman ang sinabi ni tatay noon sa akin no'ng dinalaw ko siya sa presinto... na kailangan kong hanapin si nanay sa Quezon nang sa gano'n ay malaman ko ang katotohanan. Ito kaya ang nais niyang ipaalam sa akin?

"Nang madala namin si Allan sa hospital, doon din namin mismo nalaman na may dengue—" Hindi niya natapos ang kaniyang nais pang ipaliwanag nang magsalita akong muli.

"Po? N—nagka-dengue si Allan?" Tumango siya.

"Oo, Anak." Nanlaki lalo ang mata ko sa kaniyang pag-amin. Seryso itong nakatingin sa akin, tila ba nais niyang aminin sa akin ang lahat ng hindi ko alam. Ang katotohanang nakatago sa pagkamatay ng aking nakababatang kapatid. "Sa katunayan nga, hindi ko alam ang gagawin ko no'n e. Lalo na 'yong sinabi ng doctor na bumaba na ang platelet ni Allan. Wala akong maisip na solusyon no'n, hindi ko alam ang gagawin ko, mabuti na lang nand'yan ang tatay mo," paliwanag niya pa na aking ikinakaba, lalo na't may namumuong kung ano-anong katanungan sa akin.

"Kung gano'n po, kung si Allan ang nagka-dengue... bakit ang sabi ng itay, may dengue rin si Beng?"

"Nagawa niyang magsinungaling kasi kapag sinabi niya na si Allan ang nasa hospital, alam niya na magtataka ka kasi nga ang alam mo ay wala na kami at kasama ko si Allan. Kung aaminin niya ang totoo, magkakagulo ang sitwasyon, anak. Sobrang gulo," tugon niya na ikinabasag ng kaniyang boses. Hindi ko naman maiwasan ang hindi masaktan sa aking narinig.

Sa kabila ng mga nangyayari sa pamilya ko, may katotohanan pa pala na siyang dapat ko talagang alamin. Pero mas lalo akong nasaktan nang mapagtanto ko ang kabutihang ginawa ng aking ama sa kabila ng kasalanang nakapataw sa kaniya ngayon. Naging masama siya sa paningin ko, pero ako pala itong masamang anak kasi hindi ko siya nagawang intindihin, pakinggan at inirespeto.

Nanginginig ang aking kamay, naramdaman ko naman ang aking hininga na mas lalong bumigat. Tiningnan ko si nanay sa mata, kita ko ang emosyon nitong sobrang nalulungkot.

"Bakit nagawa niyo akong lokohin, 'nay? Bakit hindi niyo na lang inamin sa akin ang totoo?"

"Kasi ayaw namin na pati ikaw ay maguluhan—"

"Sa tingin niyo sa ginawa niyong ito, hindi ako naguluhan? Alam niyo ba na halos isinumpa ko si tatay kasi nagsinungaling siya, at ginamit niya si Beng para huthutan ako tapos, ano? Ang totoo pala ay ginawa niya ang lahat para sa kapatid ko—para kay

Allan!" I exclaimed, hindi ko na mapigilan ang aking mga luha kaya hinayaan ko na lamang itong muling umagos. Iyak lang ako nang iyak, wala akong magawa lalo na't nagawa kong isumpa ang aking ama sa kabila ng ginawa niya para sa aming pamilya. I bit my lower lip, sobrang diin na tila nanggigigil.

"Minura ko siya, 'nay. Isinumpa ko pa kasi ang alam ko, nagsusugal siya, nambubugbog ng babae, pinapalimos sila Beng tapos iniwan ng basta-basta sila Tonton. Sa katunayan nga, pinakulong ko pa. Tapos ganito? Malalaman ko lang na lahat ng iyon ay ginawa niya para iligtas si Allan? 'Nay, mali iyon. Mali ako ng pagkakakilala kay tatay," impit kong mahabang sabi sa kaniya, naramdaman ko na lang bigla ang kaniyang kamay sa akin.

"Anak, wala kang kasalanan. Tama lang ang ginawa mo na kailangan siyang makulong kasi binubugbog niya naman talaga iyong bago niya, tapos nagsusugal pa siya kasi iyon ag naisip niyang isa sa paraan para nay pambayad sa hospital kung sakaling manalo ito kaso naadik iyong tatay mo e. Nagkaroon ng malaking utang sa mga ka sugal niya. Tama lang iyon—" I cut her off again. I shaked my head.

"Pero ang 'di tama ay pinili niyang manahimik sa kabila ng pambibintang ko! Bakit hindi niya inamin sa akin ang totoo? Bakit hindi niya kailanman sinabi ang tungkol kay Allan? Bakit si Beng ang ipinantakip niya?" naguguluhan kong tanong sa aking ina, tumayo ito mula sa pagkaluhod gaya ko. Sinundan ko siya ng tingin, nakapameywang ito. Alam kong pati si nanay ay nahihirapan na rin. Kaya pala ganito ng itsura niya kasi all this time, dala-dala niya ang mga katotohanang ngayon ko pa nalaman.

Nakatulog kaya siya ng mahimbing tuwing gabi? Saan siya natutulog? Paano siya nakakain? Saan siya kumukuha ng pera?

"Simple lang, Talia." Hinarap niya ako, nanatili pa rin ang tingin ko rito. "Kaya si Beng ang sinabi niya na may sakit dahil kung sakaling hahanapin mo si Beng after mong maibigay sa kaniya ang pera pang-hospital nito, maaari mong makita si Beng. At mapapaniwala ka niya na ginamit niya talaga sa tama ang pera kasi nakikita mong gumaling ang kapatid mo. Pero kung si Allan?" Umiyak na naman siya gawa ng kaniyang sinabi, napahawak siya sa kaniyang dibdib. "Anak, hindi. Maliit ang chance ni Allan na mabuhay no'n, kaya kung aaminin niya ng totoo—masasaktan ka, magwawala ka. Paano pag-aaral mo? Trabaho? Ang buhay mo kung aaminin namin ang totoong sitwasyon ni Allan?" Ako na naman ngayon ang humagulgol sa kaniyang inamin. Bakit gano'n? Bakit gano'n sila? Bakit ako pa rin ang nagawa nilang isipin sa kabila ng mga paghihirap na kanilang dinanas?

"Iyon ang unang pumasok sa isip ng tatay mo, Talia, kaya nagawa niya ang magsinungaling," umiiyak niyang dagdag na aking ikinatayo. Lumapit ako sa kaniya, saka ito niyakap ng mahigpit.

"Sorry, 'nay. Hindi ko alam, sorry," panghihingi ko ng tawad, nauubusan na rin ako ng boses nang masabi ko iyon. Hinagod niya ang aking likod kaya medyo gumagaan ang aking pakiramdam. Pero naging balewala iyon nang magsalita siyang muli na ikinaiyak ko pa lalo at ikinasakit ng aking puso.

"Alam mo ba na sa mismong araw na nahuli ang tatay mo ng mga pulis, iyon din ang araw na binawian ng buhay si Allan," pag-amin niya na aking ikinatulala. Bumitaw ako sa kaniyang yakap, pilit siyang ngumiti para takpan ang kaniyang pag-iyak pero hindi siya nagtagumpay nang umiiyak ito lalo kagaya ko dahil sa kaniyang sunod na inamin sa akin. "Hanggang ngayon, hindi alam ng tatay mo na wala na ang anak niyang naging dahilan kung bakit siya nabulok sa bilangguan," her voice cracked, napaluhod ako ulit nang marinig ko iyon. Para akong tuluyan ng nawalan ng lakas, sobra na ito—sobrang-sobra na.

"Allan," tawag ko sa kapatid nang harapin ko muli ang kaniyang puntod. "Sorry, sorry kung hindi ka nailigtas ni Ate. Sorry kung iniwan kita, sorry kung hindi kita hinanap agad. Sorry, Allan," panghihingi ko ng tawad gamit ang nauubos kong titig. Naramdaman ko ang paghagod ni nanay sa akong likod, gaya ko ay lumuhod na rin ito para ako'y alalayan.

"Wala kang kasalanan, Talia. Ako, ako ang may malaking kasalanan sa inyo." Nilingon ko siya at niyakap muli.

"'Nay," tawag ko sa kaniya sa gitna ng aking pag-iyak. Narinig ko namang kumulog ang kalangitan na nagbabadyang uulan.

"Tahan na, Anak. Tahan na." Nang masabi iyon, walang pasabing bumuhos ng malakas ang tubig mula sa langit na para bang nais nitong ipaabot na nakikiisa rin sila sa aming kapighatian.

awa'y isabay ng ulan sa kaniyang pag-agos ang sakit na aking nararamdaman.

HAPON NA nang makaalis kami ni nanay sa sementeryo. Ayaw ko pa sanang umalis doon kasi nais ko pang makasama si Allan, kaso nag-aalala na siya sa akin baka kung ano pa ang mangyari dahil iyak lang ako nang iyak. Hanggang ngayon. naging palaisipan pa rin sa akin ang lahat. Hindi pa rin ako naniniwala kung talaga bang nangyayari ito o imahinasyon ko lang ang aking mga nasaksihan at nalaman.

Napagpasyahan namin ni nanay na sasama siya sa akin ngayon kina Marlot para puntahan ang dalawa ko pang kapatid, siguro roon ko muna siya ipatutuloy sa unit ko. Ayaw ko kasing umalis siya baka ano pa ang mangyari sa kaniya, kung nagkataon ay hindi ko na iyon kakayanin pa. Ito na yata ang tamang oras na buuhin ko muli ang pamilya namin nang sa gano'n kahit wala na si Allan, magagawa ko pa ring kumpletuhin ang pamilyang mahal niya. Ang tanging hiling ko lang ngayon ay makalaya na si Tatay at nawa kakayanin niya–nila ang katotohanang masakit tanggapin. Wala na si Allan, wala na ang nag-iisang anghel ng aming pamilya.

"Nanay?!" I snapped to reality nang marinig ko ang malakas na sabay-sabay'ng pagtawag ni Tonton at Beng sa aking ina. Hindi ko man lang namalayan na nakapasok na pala kami sa gate nila Marlot, insaktong nasa labas sila kaya nakita nila kami agad.

"Beng! Tonton!" malakas din na tawag ni nanay sa kaniyang mga anak.

"Nanaaaaay!" tawag ulit nang dalawa saka niyakap nila si nanay ng mahigpit. Ilang buwan din silang hindi nagkita.

"Mga anak ko," iyak na sabi ni nanay sa mga ito at niyakap nang mas mahigpit ang aking mga kapatid. Hindi ko naman maiwasan ang hindi mapaiyak sa aking nasaksihan.

Napansin ko naman ang paglapit ni Marlot sa akin, nilingon ko ito at napangiti ng mapaiit dahilan ng hawakan niya ako sa aking balikat. Samantalang si Tita M naman ay naging emosyonal din sa gilid habang pinagmasdan ang aking pamilya. Mayamaya pa, napapunas ako sa aking luha nang huminto ang mga ito sa kanilang yakapan, nakita ko naman ang matamis na pagngiti ni nanay, tila nananabik ito sa kaniyang mga anak.

"Kamusta kayo? Namiss ko kayo, 'nak. Ang laki-laki niyo na, mukhang inalagaan talaga kayo ni ate Talia niyo, ah," masaya niyang komento sa dalawa na ikinangiti ni Tonton, si Beng naman ay tahimik lang na pinunasan na ngayon ang luha.

"Opo, 'nay. Saka po, mahal din po kami ni tita M at ate Marlot, e. Palagi nila kaming inuuwian ng jobee," makulit na tugon ni Tonton dito, napatawa naman kami nila ni Marlot sa sinabi ng bata.

"Gano'n ba? Mabuti naman iyon, anak," nakangiting sabi ni nanay, nilaru-laro niya naman ang buhok ni Tonton bago bumaling kay Beng. "Ikaw, Beng, kumakain ka rin ng jobee na sinabi ni Tonton?" Hindi sumagot si Beng sa tanong, nakita ko naman na seryoso siyang napatingin kay nanay. "Ang ganda mo lalo, Anak," komento ng ina sa kaniya kaso nag-iba lalo ang tensyon ng paligid nang magtanong siya gamit ang mga salitang pilit kong kinalimutan.

"Nasaan si Allan, 'nay?" tanong niya na muli na namang nagpaiyak sa akin.

Out of nowhere pero simula nang maitanong iyon ni Beng, wala na akong iba pang narinig sa loob ng bahay ni Marlot kundi puro iyak at malakas na hagulgol mula sa aking mga kapatid. kung ako nasaktan, paano pa kaya sila?

"I'M SORRY for your lose, Talia." Napalingon ako sa aking gilid nang maramdaman ko ang presensya ni Marlot, tipid na ngiti lamang ang naibigay ko sa kaniya. "Magpakatatag ka lang, ha? Nandito naman ako palagi para sa iyo," dagdag niya pang sabi gamit ang malungkot niyang boses.

Nang marinig ko ang iyakan sa loob kanina ay hindi ako nagdalawang-isip na agad lumabas dahil nasasaktan akong naririnig na umiiyak ang aking mga kapatid. Ilang minuto rin ang tinagal ko rito bago ako sinundan ni Marlot. Bumuntong-hininga muna ako bago nagsalita.

"Hindi ko na alam, Marlot. Parang nawawalan na ako ng gana sa lahat, lalo na ngayon. Habang naririnig ko ang iyakan ng mga kapatid ko kanina nang aminin ni nanay ang totoo, tila sarili ko iyong sinisisi ko," madamdamin kong sabi rito, agad ko namang naramdaman ang kaniyang kamay na nakahawak sa akin.

"Ghurl." Umiling-iling ako. Kumirot na naman ang aking dibdib sa tuwing isiipin ko ang nangyari.

"Siguro kung hindi ko iniwan si Allan, kung hinanap ko siya agad at isinama sa akin gaya nila Beng—siguro buhay pa siya ngayon. Kumpleto pa sana kami," puno ng pagsisisi kong sabi. Iniharap niya ako sa kaniya dahilan ng makita ko ang nag-aalala niyang pagmumukha.

"Talia, don't say that. Wala kang kasalanan, okay? Huwag mong isisi sa 'yo ang mga nangyari, wala ka namang alam, e–" Hindi ko siya pinatapos sa nais niyang ipaliwanag sa akin nang muli akong nagsalita.

"Iyon na nga, e. Wala akong alam kasi wala akong pakialam. Sarili ko lang lagi ang iniisip ko, kaya 'eto… nawalan kami kasi may pagkukulang din ako." Hindi ko na mapigilan, napaiyak na naman ako. Hindi ko alam kung hanggang kailan ko sisisihin ang aking sarili. Kasalanan ko, sobra.

Hinawakan niya ako sa aking pisngi saka dahan-dahang pinunasan ang aking mga luha. Matapos niyang gawin iyon, tumingin siya sa aking mga mata.

"Shh, wala kang kasalanan. Ako na mismo ang nagsasabi. Nandito lang ako palagi, Talia." Nang massabi niya iyon ay walang pasabi niya akong niyakap, napayakap na rin ako rito. "Nandito lang ako para sa 'yo–" dagdag niya pa na hindi natapos nang may narinig kaming nagsalita na siyang ikinakalas namin mula sa aming pagkayakap sa isa't isa.

"Ako rin," sambat ng isang pamilyar na boses na ikinalingon ko mula sa aking likuran. Nakita ko agad ang taong palaging nakahanda para ako'y muling itayo sa tuwig ako ay nadadapa.

Kanlungan

Ang lahat ng problema ay may dahilan. Sa kabila rin ng kalungkutan ay may naghihintay na kasiyahan.

NATULALA AKO ng ilang segundo nang makita ko ang lalaking nagsalita kanina, tila ako'y nagulat kung bakit siya naparito sa ganitong oras. Kung ako'y napaawang sa aking bibig, siya nama'y kalmado lamang na nakatingin sa akin.

"W–what are you doing here?" utal kong tanong sa kaniya. Sa halip na siya ang sumagot ay si Marlot ang gumawa dahilan ng maramdaman ko ang kamay niyang nanginig na nakahawak sa aking pulsuhan.

"Nako, Ghurl–sorry. Bago kasi ako sumunod sa 'yo rito, nakipag-usap muna ako kay Adrian sa telepono kasi alam kong isa siya sa makakatulong para maibsan iyang nararamdaman mo ngayon," pagpapaintindi niya, saka ako binitawan. Napahilot ako sa aking noo sa kaniyang sinabi, para bang hindi ko iyon nagustuhan.

"Marlot, naman. Problema namin 'to, e. Mandadamay ka pa talaga ng iba?" reklamo ko rito, nakagat niya naman ang kaniyang labi.

"Talia," tawag niya sa akin, saka ako ihinarap sa kaniya. Naglabas muna ito ng isang malalim na hininga bago nakapagsalitang muli. "Kasi naman, hindi ko rin alam kung papaano papagaanin iyang feelings mo. Pero I know... Adrian can do that," wika niyang puno ng emosyon. Magsasalita pa sana ako kaso may nakauna na sa akin.

"It's okay, kasalanan ko rin naman kung bakit ako sumang-ayon sa pakiusap sa akin ni Marlot. Sorry, if you won't mind... aalis na lang ako—" I cut him off. Akmang aalis na sana ito kaso nagawa ko siyang pigilan gamit ang isang salita na aking binitawan.

"Stay," mahina kong pagpigil, sigurado naman ako na narinig niya iyon. Nang huminto ito sa plano niyang pag-alis, dahan-dahan niya akong nilingon kaya hindi ko magilan ang aking sarili na hindi maging emosyonal sa tagpong ito. I need him, always. "Adi," tawag ko sa kaniya dahilan ng mabilis niyang paglapit sa akin at niyakap ako ng mahigpit. Sa ginawa niyang iyon, hindi na naman ulit nagpapigil ang aking luha at hinayaan ko na lamang itong umagos.

"Shh. I'm here—I'm always here." Hinagod niya ng marahan ang aking likod, napayakap ako lalo rito ng mahigpit. "Just cry it all until it's gone. I'll give you an ear to listen," suhestiyon niya na iyak lamang ang aking tugon.

In his arms, I found my haven. Ang yakap niya ang nagsilbi kong kanlungan sa mga sandaling ito.

MATAPOS ang yakapan namin ni Adi, napatahan niya rin ako at napagdisisyunan naming maupo muna sa may upuan dito sa labas ng bahay nila Marlot. Magkatabi kami ni Marlot ngayon habang siya ay nakap'westo ng upo sa harapan namin. Aminado akong hindi pa kami maayos ni Adrian, pero wala iyong kaso sa akin ngayon dahil ang tanging inaalala ko, kung ano na kaya ang nangyari sa mga kapatid ko ngayon sa loob habang kinakausap at pinapaintindi ni nanay sa kanila ang nangyari.

Magagawa ko naman na ako mismo ang magpaintindi sa dalawa kaso ayaw kong pangunahan si nanay at hindi ko muna gagawin iyon sa ngayon kasi hindi ko pa kaya.

"What is your plan after this, Ulan?" tanong ni Adi na ikinabalik ko sa realidad. I sighed heavily and looked at him.

"Ewan, hindi ko pa alam. Hanggang ngayon ay hindi pa rin sumi-sink in sa utak ko ang mga nangyari," tugon ko sa kaniya na kaniyang ikinalungkot. Naramdaman ko naman ang kamay ni Marlot na nakahawak sa akin.

"Huwag mo munang masyadong dibdibin lahat, Talia. Mahirap na, baka ikaw na naman itong atakehin d'yan dahil sa sobrang pag-aalala," pangaral niya sa akin, nilingon ko ito at marahang tinapik ang kamay niyang nakahawak sa akin. Hindi ko rin maiwasan ang hindi mapangiti ng mapait.

"Naaawa ako kay tatay," sabi ko bigla, unti-unti na namang nagbago ang aking emosyon.

"He'll understand. Don't accuse yourself, wala ka namang alam, e," si Adrian, napangiwi ako sa kaniyang sinabi.

"Dadalawin ko siya, isasama ko sila nanay at ang mga kapatid ko. Gusto ko ring humingi ng tawad sa mga pambibintang ko sa kaniya," malungkot kong wika, hindi naman nagpaawat ang aking luha nang magsilabasan ang mga ito na siyang pinunasan ko agad. Ayaw kong umiyak, pero hindi ko mapigilan ang aking sarili.

"Magiging maayos din ang lahat, Talia. Babalik din sa rati ang buhay na nakasanayan mo," nakangiting sabi ni Adrian, tumango naman ako. "I'll always put you to my prayers, especially your family," dagdag niya pa na aking ikinaiyak lalo. Sa lahat ng salitang narinig ko, ang sinabi ng lalaking ito ang may pinakamagandang kahulugan. Hindi ako nagdalawang-isip, agad kong kinuha ang kamay niya at hinawakan ng mahigpit.

"Thank you," I whispered, trying to stop myself from crying.

Ilang sandali pa ay bigla kaming binalot ng katahimikan, walang ni isa sa amin ang sumubok na magsalitang muli. Napalingon naman kaming sabay tatlo nang may biglang lumabas sa pintuan mula sa loob ng bahay. Nang makita ko kung sino ito, aminado akong ako'y nasaktan lalo na't sobrang maga at pula na ng kaniyang mata gawa ng kakaiyak.

"'Nay," tawag ko rito nang makalapit na sila sa p'westo namin, tumayo naman ako para salubungin ito. "Sila Beng at Tonton?"

"Nakausap ko na sila. Napaintindi ko na rin ang lahat sa kanila, Talia." Nabasag ang boses niya nang masabi niya iyon, ramdam na ramdam ko ang sakit na kaniyang pilit ininda para sa amin nang sa gano'n ay makita namin na matatag siya. Hinawakan ko ang kaniyang kamay, nais kong ipaabot sa kaniya na hindi siya nag-iisa sa labang ito. "Masakit, sobrang sakit. Habang pinagmamasdan ko ang mga kapatid mo kanina while sinabi ko sa kanila ang totoo, nadudurog ako. Para bang hindi ko na kaya," mahinang boses niyang pag-amin sa akin, hinawakan ko naman siya sa mukha at pilit akong ngumiti sa kaniya.

"'Nay, huwag mo ngang sabihin 'yan. Lalo mo akong sinasaktan, e. Kaya natin 'to, lalaban pa rin tayo para kay Allan," paalala ko sa kaniya. Sa mga oras na ito gawa ng nangyari, mas nangibabaw sa akin ang pagkaawa sa aking ina kaysa sa magalit sa kaniya. Kailangan niya ako sa oras na ito, kailangan din siya namin ng mga kapatid ko. Kailangan namin ang isa't isa.

Hindi siya nakapagsalita pa nang masabi ko iyon sa kaniya, kaya pinaupo ko muna ito sa upuan na kinaupuan ko kanina. Nakita ko naman si Adrian na sobrang titig sa aking ina, tila ba sinusuri niya ito at naaawa rin siya. Si Marlot naman ay tahimik lang. Nang makaupo na siya, saka pa siya nagsalitang muli.

"Nakatulog na ang dalawa dahil sa sobrang pagod sa kakaiyak, sinamahan muna siya ni mareng M," pagpaalam niya sa akin na ikinalingon naming tatlo rito, seryoso akong napatingin dito. "Alam ko na kung gigising iyon, magtatanong ulit iyon sa akin at iiyak na naman." Isiniksik ko ang aking panga sa kaniyang balikat saka siya niyakap.

"Tutulungan po kita, sabay tayong magpaintindi sa kanila hanggang sa pareho na nating matanggap na wala na si Allan—na iniwan niya na tayo," malungkot kong ani, nilingon niya naman ako at hinaplos ang aking buhok.

"Bukas na bukas, dadalawin natin ang tatay mo," bilin niya sa akin, hindi ko naman maintindihan ang aking puso. Tila ito'y natutuwa kasi dadalawin namin ang aking ama, pero kumirot din nang mapagtanto ko na kaya namin siya pupuntahan dahil nais naming ipaalam sa kaniya ang malungkot na balita.

WALA AKONG ibang hiling ngayon kundi sana kayanin ni tatay ang balitang maririnig niya mula sa amin. Kagaya nang sinabi ni nanay kagabi, dadalawin nga namin si tatay, at ngayon ang araw na iyon. Naunang lumabas si nanay sa sasakyan saka niya inalalayan si Beng at Tonton. Nang makalabas na ang dalawa ay nagawa kong lingunin ang taong naghatid sa amin dito sa Muntinlupa. Napangiti naman siya sa ginawa kong iyon.

"Hihintayin ko na lang kayo rito sa labas," bilin niya, binalingan ko muna ng tingin sila nanay sa labas saka siya tinugon.

"Sigurado ka bang ayaw mo talagang pumasok sa loob?" Tumango naman ito.

"Oras niyo ito ng pamilya mo para makapag-usap kayo ng masinsinan. Basta, kapag may mangyaring hindi maganda... just call me and I'll be there," paalala niya sa akin, huminga ako ng malalim. Ang s'werte ko sa tanong ito. Kahit na hindi ko siya trinato ng maayos after no'ng pinili ko siya, nagawa niya pa ring maging mabuting kaibigan sa akin. Nawa pagkatapos ng mga problema ko ay maayos na rin kami ni Adi.

"Salamat, Adi," pasasalamat ko na kaniyang ikinangiti, hinawakan niya naman ang aking noo.

"Trust God, and everything will be ok," paalala niya sa akin na aking ikinayakap sa kaniya. "Pumasok ka na, baka hindi pa ako makapagpigil at aabutin tayong ng gabi sa yakapang ito," natatawa niyang tugon, inirapan ko na lang siya.

"Sira! I'll see you later," ani ko, saka bumaba ng kaniyang sasakyan. Nang makalabas ako nang tuluyan, bumuga muna ako ng malalim na hininga saka nilapitan ang aking pamilya para makapasok sa loob.

Sana 'tay, kakayanin mo ang mga katotohanang iyong maririnig mula sa aming mga bibig.

Pakiramdam ko ay bumibigat ang aking mga paa sa bawat hakbang na aking ginawa papasok sa kulungan, tila ako ay napanghihinaan ng loob. Hindi ko naman mapigilan ang aking sarili na 'di mapatingin sa aking pamilya, kagaya ko—malungkot din ang mga ito. Paano pa kaya mamaya?

Maraming tao akong nakikita sa loob ng kulungan, kadalasan ay mga magulang. Mabuti na lang at pinakiusapan ni Adrian ang isa sa mga kaibigan niyang pulis na nagbabantay rito ngayon na hayaan kaming makapasok apat para makausap namin si tatay. Limitado lang kasi ang maaaring makapasok dito kahit na visiting day pa.

Nang tuluyan kaming makapasok sa silid ni tatay, may pulis na nagtanong sa amin kung sino ang aming dadalawin. No'ng una ay hindi sana kami papasukin kasi apat kami, 'buti na lang at dumating iyong kaibigan ni Adrian, saka hinayaan kaming makapasok lahat.

Ilang sandali pa, laking gulat ko na lamang nang may biglang sumigaw sa aking tabi.

"Tataaaaay!" sabay-sabay na sigaw ni Beng at Tonton, napalingon naman ako agad kung sino ang tinawag nila. Insaktong nakita ko ang aking ama na kakalabas lamang sa kaniyang silid.

"Beng! Tonton!" pabalik na tawag niya sa aking mga kapatid, saka ito sinalubong ng mahigpit na yakap. I missed this scene. Seeing my father's happy while hugging my siblings haunts me. Sayang, hindi man lang ito naranasan ni Allan bago siya mawala, puro kasi ayaw ang kaniyang nasaksihan noon.

Napahinto naman si tatay sa pagkayakap sa kaniyang mga anak nang magsalita si nanay na siyang ikinagulat ko rin.

"Lito," tawag niya sa dating asawa.

"E—enis?" tawag ni tatay rito, gulat na gulat ito. "A-anong ginagawa mo rito? Paano ka naparito?" hindi makapaniwala niyang tanong sa aking ina, lumapit naman ito sa kaniya. Napaayos din ng tayo si tatay dahil sa kaniyang ginawa.

"Hindi na iyon mahalaga pa, Lito. Ang importante, nandito kami ngayon," tugon niya gamit ang mahinahong boses, hindi naman iyon pa sinagot ng aking ama. Ramdam ko ang awkward moments na namamagitan sa dalawa kaya tumahimik na lamang ako kasi baka ano na naman ang lumabas sa aking bibig, kung nagkataon... malaking gulo na naman.

"Mga anak, namiss ko kayo. Namiss niyo ba si tatay?" pag-iiba nito sa usapan, tumango naman ang dalawa.

"Sobra po," sagot ni Tonton, si Beng ay tahimik lang.

"Maupo muna tayo. Halika, Ton, tabi ka kay tatay." Kinarga ni tatay si Tonton at itinabi ito sa kaniya, si Beng naman ay katabi ko at si nanay. Magkaharap kami ngayon sa mesa. "Ang laki mo na, Anak. Si Beng din oh, dalaga na," komento niya, hindi ko naman maiwasan ang 'di matuwa sa nakikita kong kasiyahang namumuo sa mukha ng aking ama. Ngayon ko lang siya ulit nakita na ganito ka saya.

"Kamusta kayo rito, 'tay?" tanong ko, lumingon naman ito sa akin. Feeling ko, iniiwasan ako ni tatay.

"Ayos lang ako, Talia. Nagtanda na," sagot niya, saka ngumiti ng tipid. Tumango lamang ako kaso nawala na naman ako sa aking katinuan nang tanungin niya ang tanong na pinakaayaw ko. "Teka, bakit kayo lang? Nasaan si Allan?" Hindi ko alam pero napaluha ako sa kaniyang sinabi. "Talia, anak..." nag-aalalang tawag niya sa akin, mabilis ko namang pinunasan ang aking kuha. "...may nangyari ba? B–bakit ka umiiyak?"

"W–wala na si A–allan, Lito," agaw na pag-amin ni nanay. Napaiyak na rin ito at ang mga kapatid ko. "Wala na," dagdag niya pa.

"Naglayas ba siya? Kailan siya nawala?" natatawang tanong ni tatay, tila ba nagbibingi-bingihan ito.

"Lito, patay na si A–allan," hagulgol na sagot ni nanay na mas lalong ikinaiyak naming lahat. Nang masabi iyon ng aking ina, doon na nagwala ang aking ama, para bang nababaliw ito sa narinig.

"Hindi, hindi! Buhay siya, buhay si Allan!"

"Tatay," si Tonton.

"Allaaaaaaan!" sigaw niya, tila walang pake sa paligid. Hindi naman nakaiwas sa paningin ko ang mga mata ng tao na ngayon ay nasa amin na. Pero wala akong pake roon, si tatay ngayon ang inaalala ko kasi baka hindi niya kayanin. "Buhay siya! Buhay siya, Enis! 'Di ba no'ng bago ako nahuli, nag-usap pa kami no'n. Sabi niya mahal niya ako, tayo! Paanong w–wala na?" Luha, mga luhang lumabas sa kaniyang mata ay puno ng lungkot at pagsisisi.

Naaawa ako sa aking ama, feeling ko mas nasasaktan siya kaysa sa amin. Sino namang hindi, 'di ba? Ginawa niyang lahat tapos wala rin pa lang patutunguhan pagkatapos.

Seryosong napatingin si tatay sa aking ina, samantalang kaming mga anak niya ay tahimik lamang at tila napipipi.

"Sa mismong araw na nahuli ka, namatay rin si Allan. Sorry," sagot ni nanay rito, umiiyak pa rin ito.

"T*ngina! Ang g*go ko! Anak ko pa talaga ang kinuha! Ako ang may kasalanan, e! Ako!" Wala akong pasabing tumayo, nilapitan ko si tatay at niyakap ito ng mahigpit. Kahit hindi niya hilingin, alam kong kailangan niyo ito ngayon.

"'Tay, tama na. Tama na," pagpapakalma ko sa kaniya kaso iyak pa rin ito nang iyak.

"Allan, a–anak," mahina niyang sabi, tila nauubusan na ito ng boses. Ito na ang pinaka-malungkot kong raw, ito rin ang araw na hindi ko magawang kalimutan kasi hindi na kami ulit mabubuo.

Mayamaya pa, biglang kinain ng katahimikan ang aming paligid. Sobrang tahimik, wala ng iyakan ngunit nagpaiwan ang kalungkutan. Nakabalik na ako sa p'westo ko kanina. Si nanay ay tahimik na, ang mga kapatid ko rin. Ngunit si tatay, sobrang lungkot nito.

Magsasalita na sana ako, subalit may taong umuna sa akin na siyang umagaw sa atensyon naming lahat.

"Mr. Escober, may bisita kayo," agaw na sabi ng pulis na siyang ikinalingon namin sa kaniya. Ngunit, ang atensyon ko ay napabaling sa bisitang tinutukoy niya. Ewan, pero nalaglag ang aking panga nang makita ko ito. Pinaglalaruan ba kami ng tadhana?

"J–Jerome?"

Inurong

Ang lahat ng nangyayari ay may rason, at ang rason na iyon ang siyang magbibigay linaw sa isang pangyayari.

PARA AKONG naninigas sa aking kinauupuan nang makita ko siya ulit, tila ba bakit kailangan pa naming magkita sa ganitong eksena? Ano na naman ba ang balitang kaniyang dala at bakit niya dinadalaw si tatay ngayon? Dali-dali naman akong napaayos sa aking sarili at napapunas sa aking luha bago niya pa malaman na may nagaganap na iyakan sa amin ngayon.

Matagal-tagal na rin simula no'ng huli kaming nagkita at nag-usap, hindi ko naman maiwasan ang hindi mapaisip ng kung ano-ano dahil sa kaniyang presensya. Nakailang lunok na ako habang nakatingin sa kaniya, nawala naman bigla ang takot na aking naramdaman nang ngumiti ito sa akin.

"Talia," tawag niya sa pangalan ko, saka ako nilapitan. "You're here pala," dagdag niya pa na aking ikinatango.

"A-ah, dinalaw namin si tatay." Pinasadahan niya naman ng tingin ang pamilya ko, saka tumango-tango. "Ikaw ba, bakit ka nandito? May kailangan ka ba sa tatay ko?" sunod-sunod kong tanong, he sighed and played his hands.

"Yeah, actually... I have a surprise for you and for your family," sagot nito na aking ikinataka, binasa ko naman ang aking l

pang-ibabang labi.

"S–surprise?" ulit ko sa kaniyang sinabi, he nodded. "What do you mean?"

"Mm, if you wouldn't mind... can I sit beside your father so that makapag-usap tayo nang maayos–" Hindi ko na siya pinatapos sa kaniyang sasabihin kasi nagsalita ako agad.

"Sure! You can," mabilisan kong tugon sa kaniya, agad naman itong kumilos saka umupo sa tabi ni tatay. Nang makita kong ok na naman siya sa kaniyang p'westo, napag-isipan kong magsalitang muli. "Sya nga pala, Jerome," agaw kong sabi rito, napaangat naman siya ng tingin sa akin. "Nanay ko pala. 'Nay, si Jerome po," pakikilala ko sa mga ito sa isa't isa.

"Nice to finally meet you po," nakangiting sabi ni Jerome kay nanay, saka inabot niya ang kaniyang kamay rito. Nakita ko naman na nailang si nanay sa ginawa niya, siguro kilala niya rin si Jerome kasi anak ito ng bago ni tatay.

"Ikinagagalak ko ring makilala ka, hijo," nahihiya niyang tugon saka kinamayan ang binata. "Kamukha mo nanay mo," komento ni nanay sa kaniya na ikinalaki ng aking mata. Tama nga ako? Kilala niya nga si Jerome.

"S-salamat po." Ngumiti naman ito. Pero naagaw agad ni tatay ang aking atensyon nang magsalita ito.

"Siya ang anak ng babaeng hindi ko man lang nagawang ingatan. Babaeng walang ibang ginawa kundi mahalin ako sa kabila ng aking kaugalian," tuloy-tuloy na wika ni tatay sa amin na aming ikinatingin sa kaniya, napansin ko naman ang kamao ni Jerome na nakayukom. Kinabahan ako ro'n.

Pero bago pa man humantong sa kung saan-saan ang usapan, nagawa ko ng ibahin ang usapan.

"Nga pala, Jerome," agaw ko sa eksena na ikinatingin nila sa akin. "Ano nga pala ang surprisang sinasabi mo kanina?" puno ng pagtataka kong tanong sa kaniya. Ilang segundo akong naghintay sa nais niyang sabihin kaso tingin lamang ang ibinigay nito sa akin. Nilingon ko ang aking pamilya, gaya ko naghihintay rin sila sa kaniyang sasabihin. Ramdam ko naman ang kaba ni tatay kaya kinabahan na rin ako.

I swallowed hard, feeling ko nauubusan na ako ng laway. Ilang lunok na ang ginawa ko pero nakapermi lang si Jerome, para bang wala na itong planong magsalita. Anong trip niya? Eh, kanina gigil siyang sabihin ang surprisa... tapos ngayon, tila nawalan ito ng boses. Is he kidding us?

"Jerome?" tawag ko rito at tinapik ang kaniyang kamay na nakapatong sa mesa dahilan ng muli siya matauhan.

"S-sorry. Ano nga iyon ulit?" wala sa sarili niyang tanong sa akin, napakamot naman ako sa aking noo.

"Ok ka lang ba? Ang lalim yata ng iniisip mo."

"Sorry, Talia. May bigla-bigla lang kasing pumasok sa isip ko." Tango lang ang nagawa ko. "Yap, may surprisa ako," sabi niya ulit.

"Ano iyon?" gigil kong tanong, napanganga naman kaming lahat sa sunod niyang inamin sa amin.

"Iuurong na namin ang kaso," tugon niya, my lips parted slowly. Did I heard it clearly, right? Parang tumigil ang mundo ko ng ilang sandala dahil sa aking narinig, tila ba tumagal ito sa aking tainga.

"A-ano'ng sabi mo?" nauutal kong tanong sa kaniya, nais ko lang makasiguro.

"Iuurong namin ang kaso ng tatay mo—"

"Nagbibiro ka, 'di ba? Look, Jerome. Malaki ang kasalanan ni tatay sa pamilya mo, pero huwag mo naman kaming biruin ng ganito," natatawa kong komento sa sinabi niya. Ewan ko, pero imbes matuwa ako sa kaniyang sinabi ay para akong kinabahan na baka may pinaplano na naman siya. Kasi 'di ba, papaano naman na iuurong nila ang demanda e, malaki nga kasalanan ni tatay sa ina niya.

"Talia," he called my name, nagawa niya pang tingnan kami isa-isa bago magpatuloy sa nais niyang sabihin. "Totoo... iuurong namin ang kaso. Actually, nakiusap na ako sa attorney na humawak sa kaso ng tatay mo. We are ask to file an affidavit for that para tuluyang mapawalang bisa ang kaso niya—" For the second time, nagawa ko na naman siyang hindi patapusin ulit gawa sa aking pagkagulat sa kaniyang sinabi.

"Why did you do that?"

"Anak," awat sa akin ni nanay, pero hindi ako nakinig dito.

"Bakit niyo inurong ang kaso?" seryoso kong tanong, napansin ko naman ang aking mga kapatid na nakikinig lamang sa usapan namin.

"My mother is the one who decided for it. Siya ang nagmungkahi na iurong na lang ang kaso dahil hindi rin siya naging mabuting ka live in partner ng tatay mo." Hindi ako napakurap sa inamin niya, tila hindi ko pa rin maiwasan ang hindi mabigla. If that's the case, so maayos na ang ina niya kasi siya ang may gusto nito? "Saka... nalaman niya rin no'ng gumaling na siya na ikaw ang tumulong para maging maayos muli si Trice, kaya sabi niya mas mabuting iurong ang kaso dahil tabla lang naman daw lahat. Sinaktan ng tatay mo ang mama ko, pinahirapan naman kita gamit si Beatrice," mahaba niyang paliwanag, ramdam ko naman na sinsiridad sa kaniyang ipinapahiwatig sa amin kaya naging kampante ako roon.

"Jerome," iyan lang ang lumabas sa aking bibig, agad ko namang nakita ang kamay ni nanay na napahawak sa akin. Nilingon ko ito at tipid na nginitian.

"Our attorney is already working for the papers... after that, makakalaya na tatay mo. Pero before that, kakausapin mo na siya ng attorney namin at ng attorney niya para magkaroon ng kasunduan na ang bawat side ay sang-ayon sa nais naming mangyari," dagdag niya pa, hindi ko na mapigilan ang sarili ko kaya hinayaan ko na lamang ang aking luha na tumulo. How good God is, akalain mo... kahit naging malungkot at nalugmok kami sa balitang wala na si Allan, binigyan niya naman kami ng isa pang rason para sumaya ulit–iyon ay ang makalaya na si tatay.

Ang lahat ng problema ay may rason, at ang rason na iyon ay siyang tutulong sa atin para muling makabangon. Hindi Niya naman ibibigay ang mahirap na bagay kung walang solusyon e, sadyang ang kailangan lang natin ay ang magtiwala sa plano Niya.

"Salamat, Jerome," nakangiti kong pasasalamat dito, kinuha ko ang kamay nito at hinwakan nang mahigpit. Sobrang saya ko lang.

"No. Thank you," pagtuwid niya sa sinabi ko, my brows arched.

"For what?"

"For making my sister live her life again. Salamat, Talia," nakangiti niyang sabi na ikingiti ko rin.

"Friends," wika ko sabay alok sa aking kamay.

"Friends," ulit niya sa sinabi ko, saka tinanggap ang aking kamay at nag-shakehands kami. Pagkatapos no'n, kay tatay ko naman binaling ang aking atensyon na kagaya ko ay naging emosyonal din, para bang hindi rin siya makapaniwala na lalaya na siya.

"'Tay, makakalaya ka na! Uuwi ka na sa amin," masaya kong sabi rito, napangiti naman siya lalo.

"Makakalaya na ako? Makakalaya na ako!" sigaw niya na aming ikinatuwa naming lahat.

"Yehey!" sabay na anas ni Beng at Tonton.

"Beng, makakalaya na si tatay," sabi niya rito, saka bibalingan si Tonton sa gilid niya at hinalikan sa ulo. "Ton, lalaya na si tatay. Enis, makakalaya na ako," sabi niya pa kay nanay.

"Oo, makakalaya ka na," si nanay. Wala akong pasabing tumayo, pumaroon ako sa p'westo ni tatay saka ito niyakap. Sumunod naman sa akin si nanay at Beng. Tumingin ako kay Jerome na ngayon ay masayang nakatingin sa amin.

"Thank you," I whispered, he nodded and smiled at me. Now, this is the new reason to live our life again with happiness. I wanna thank God for making this happen.

Panginoon, samahan mo po kami sa aming kasiyahan at kapighatian... kasi kaya naming harapin ang anumang pigtahi kapag nand'yan Ka, dahil para sa amin Ikaw ang tunay na kahulugan ng salitang kasihayan.

NANG makapagpaalam kami ni tatay na uuwi na kami, ang sunod ko na lang nalaman na ginawa namin ay nasa loob kami mg guestroom nila Marlot. Kanina pa kami rito kasi nabusy sila tita sa kakaayos nang hihigaan nila nanay. Naisipan kasi ng mga kapatid ko na tatabi raw sila kay nanay ngayon kasi gusto nilang makipagk'wetuhan dito, natuwa naman ako sa nais nila.

"Ayos lang ba talaga na rito kayo matutulog, Mare? Nakalimutan ko kasing linisin 'to kanina e," naguguluhang tanong ni tita M kay nanay, hindi naman kami makaawat ni Marlot sa kakatawa sa gilid kasi kanina pa sila nag-aayos sa k'warto ngunit hindi pa rin nila mawari ang nais nilang mangyari, pati ako ay nagulohan na rin.

"Ano ka ba, Ma? Ngayon ka pa talaga mahihiya e, diyan mo na nga sila pinatulog kagabi," sabi ni Marlot sa kaniyang ina. Totoo naman kasi. Kami lang apat ang nasa loob ng silid na ito kasi si Beng at Tonton ay nasa labas, nakipaglaro yata kay Adi ang dalawang iyon.

"Kasi anak, biglaan 'yong kagabi e," tugon ni tita sabay kamot sa kaniyang noo. Hindi pa siya nakontento kaya inayos niya muli ang hihigaan nila ni nanay. Napatawa na naman ako roon.

"Nako Maribic, ano ka ba," awat sa sabi ni nanay sa ginawa niya, nilapitan niya ito para pigilan sa ginawa. "Ayos lang kami mg mga bata rito, total si Talia roon naman siya tatabi kay Marlot," dagdag na wika ng aking ina na ikinatigil niya rin. Mayamaya pa, napagdisisyunan kong iwan muna sila.

"Maiwan ko muna kayo, 'nay. Ihahatid ko muna sa kotse niya si Adrian," singit ko sa kanilang usapan, napatingin naman silang lahat sa akin.

"Sige, 'nak. Baka napanis na iyong kaibigan mo sa labas sa kakahintay sa 'yo," sagot ni nanay na ikinangiti ni Marlot sa aking gilid, parang baliw ang tukwa. Sarap sakalin.

"Asuss, kaibigan kuno," pang-iinis niya sa akin sabay sindot sa aking tagiliran.

"Marlot, ano ba?!" inis kong pigil dito sabay irap.

"Bakit? Wala naman akong sinabi, ah?"

"Ang pangit mo," komento ko sa kaniya, saka sila iniwan sa silid. Isang malalim na hininga muna ang inilabas ko bago isinara ang pinto. It's been a long day for me.

"TALAGA bang ginawa ni Jerome 'yon?" Tumango lang ako sa tanong nito matapos kong i-k'wento sa kaniya ang lahat ng nangyari. "I'm so happy for that, Talia," dagdag niya pa na ikahinto ko sa paglalakad, hinarap ko ito nang huminto rin siya kagaya ko.

Nandito nai kami sa labas ngayon ng bahay ni Marlot, sinamahan ko siyang makabalik sa kotse niya para makauwi. Dito muna ako mag-e-stay ngayon, kapag nakalaya na si tatay ako babalik sa unit ko kasama sila.

I gulped hard bago ko siya tinugon. "Thank you rin, Adrian. Salamat sa pagsama mo sa amin kanina at sa pagdamay sa akin sa oras walang-wala na ako," pagpapasalamat ko rito na bukal sa puso, napangiti naman siya sa sinabi kong iyon. Ewan ko, pero mas lalong pumugi si Adi ngayon. Hindi ko naman mapigilan ang 'di mapangiti sa aking iniisip.

"Ano ka ba, para saan pa't magkaibigan tayo kung hindi tayo magtutulungan," tugon niya sa sinabi ko, I shrugged trying to make myself stop from smiling.

"Sabagay." Umiwas ako ng tingin sa kaniya kasi hindi ko mapigilan ang hindi mapahanga sa kaniyang mukha.

"Talia," tawag niya sa akin na ikinalingon ko sa gawi niya. "Matagal ko nang kinikimkim ang tanong na ito, sana huwag mong masamain," aniya, nakaramdam naman ako ng kakaibang kaba sa maaari niyang sabihin sa akin.

"What was that?" kunot noo kong tanong, napakagat naman ako sa pang-ibaba kong labi nang marinig ko ang tanong niya.

"Bakit bigla kang nagbago?" Feeling ko para akong nakalipad sa kalawakan ngayon nang marinig ko iyon mula sa kaniyang bibig. Iibahin ko na sana ag usapan kaso hindi ako nagtagumpay. "I mean… may nagawa ba akong mali na ikinalayo ng loob mo sa akin bigla?"

"Adrian."

"Please, answer me. Hindi ako magagalit, maiintindihan ko kung ano mang rason iyan," pagsiguro niya na ikinakagat ko sa loob ng aking pisngi, pakiramdam ko naman na dudugo ito kapag hindi ko ito tinigil. "Napamali ba ang piliin mo ako sa gabing iyon?" My lips parted slowly. Please, not now. Napaatras ako sa sinabi nito, para bang hindi ko alam ang aking gagawin. Nais niya pa sanang magsalitang muli kaso natigil kami pareho nang biglang tumunog ang kaniyang cellphone. Napahinga naman ako ng maluwag dahil doon.

"Sorry, sasagutin ko muna ang tawag," paalam niya na ikinatango-tango ko.

"Yes, Myks?" sabi niya sa kabilang linya na ikinalunok ko ng ilang ulit. "Oo, uuwi rin ako pagkatapos. Sige, I'll inform you 'pag nasa bahay na ako," anito sabay ngiti sa kausap. Kumirot naman ang aking dibdib nang hindi ko malaman ang dahilan.

"Umuwi ka na, Adrian," walang gana kong sabi matapos niyang patayin ang tawag. Para bang nawalan ako ng gana matapos marinig ang pangalan ng babaeng iyon, ewan ko... sadyang naiinis lang ako sa pangalan niya.

"T–talia?" his voice rasped by calling my name, agad ko naman siyang tiniluran para maitago ang aking emosyon mula rito.

"I said umuwi ka na!" sigaw ko rito, napaawang naman ang kaniyang bibig. Ayaw na ayaw ko ang pag-usapan ito lalo na't galing kami sa masayang tagpo tapos bigla na lang kaming magkakagalitan.

Nakita ko ang pag-igting ng kaniyang panga, tila nanggigil na itong malaman ang totoo. Wala akong maisip, wala akong ibang alam na gawin para malusutan ito kundi ang titigan lang siya habang nakaawang ang aking bibig.

"Talia, ano ba kasi ang problema? Bakit ka nagkaganito? Maayos naman tayo, ah?!"

"Siya! Siya ang problema, Adrian!" I exclaimed out of nowhere, dali-dali naman akong napatakip sa aking bibig. Sh*t! Why did I say that? Talia, ang tanga mo! Tumingin siya sa akin ng diretso, bumilis naman ang tibok ng puso ko lalo na sa sunod niyang tanong.

"Sino? Si Myka?" taka niyang tanong na ikinatingin namin sa isa't isa. Sana makaya kong sabihin ang dahilan ng katanungan niya.

Pangamba

Pahalagahan mo kung ano ang mayroon ka ngayon kasi ang bukas parating pa lang, ngunit ang kasalukuyan ay hindi na maaaring balikan kapag lumipas.

ALAM KO mismo sa aking sarili na wala akong ibang hiling kundi ang maging masaya't malaya. Malaya sa lahat ng mga bagay na nagpapakulong sa akin upang hindi sumaya.

Ilang araw na ang lumipas simula no'ng nagkasagutan kami ni Adrian, sa halip na isipin ko ang mga nangyari that time ay iba ang takbo na isip ko. Alam kong darating din ang araw na maging maayos ang lahat pero siguro sa ngayon, kapakanan ng pamilya ko muna ang aking iisipin. Ayaw ko kasing pangunahan ang mga bagay na mangyayari pa lang kasi nga ang dapat nating pagtuunan ng pansin, ang ngayon kaysa sa paparating pang panahon.

I came back to my senses nang umingay ang aking paligid, tila naman ako napatigil sa aking kinatatayuan nang unti-unti kong masilayan ang matamis niyang ngiti sa kaniyang labi.

"Welcome home, Tatay!" sabay-sabay na masayang sigaw ni Beng at Tonton nang makita nila ang aming ama, kasama niya si Jerome sa may pintuan na papasok pa lamang sa aming bahay. Hindi ko naman maiwasan ang maging emosyonal sa tuwa. Dumalo naman ang mga kapatid ko sa kaniya, saka siya niyakap na parang wala nang bukas.

"Salamat mga anak," buong pusong pasalamat ni tatay sa mga ito sa gitna ng kanilang pagyayakapan. Nagawa ko namang lingunin si nanay, nagtapo ang aming tingin... kagaya ko, naging emosyonal din ito.

Noong isang araw pa sila nakalipat sa unit ko, buti na lang at kasya kami kahit maliit ang espayo ng aking silid. Napapayag ko rin kasi sila Beng na sumama na lang sa akin total nandito naman na sila nanay at tatay titira, pero may kung ano sa akin ang nangamba... Paano ba kasi, hindi pa naman ayos si nanay at tatay, baka kung nagkataon magkailangan silang dalawa.

Napakagat naman ako sa aking labi nang maalala ko kung sino ang nag-udyok sa akon para tumira rito. Siguro simula ngayon ay papahintuin ko na siya sa pagbabayad sa upa ko rito kasi isang pamilya na kaming nakatira rito ngayon, ang kapal ko naman yata kung si Adrian pa ang magbabayad. Saka, nakabalik na naman na ako sa trabaho... kaya makakaya ko na ang gastusin dito.

Nanatili lang ang tingin ko sa kanila, minsan ay hindi ko rin maiwasang mapabaling kay nanay na masaya ding nakatingin sa mga anak at asawa niya. Mayamaya pa nang matapos ang yakapan nila tatay, wala siyang ibang ginawa kundi ang lapitan si nanay. Nagulat naman ako sunod niyang ginawa nang bigla niya itong yakapin sabay iyak. Dali-dali naman akong napalingon kay Jerome, kagaya ko nakatingin din siya sa aking magulang kaso may malaki itong ngiti sa labi. Ayos lang sa kaniya na niyakap ni tatay si nanay kahit may relasyon pa rin sila ng ina niya? Sa pagkakaalam ko kasi, hindi naging formal ang hiwalayan ni tatay at ng mama niya. Sa katunayan, mahal pa raw nila ang isa't isa.

"Enis," iyak na tawag ni tatay sa aking ina, napayakap na rin ito sabay ngiti.

"Masaya ako't nakalaya ka na, Lito. Sana ay maging leksyon na ang mga nangyari sa 'yo para ayusin mo ulit ang buhay mo. Lalo na para sa mga bata—" My mother's didn't finish her words when tatay cut her off.

"Para sa rin iyo," ani ng aking ama na ikinakalas niya sa yakap, kita naman ang gulat na naguhit sa mukha nito. "Enis, alam kong hindi ako naging mabuting ama sa mga anak ko, at naging mabuting asawa sa 'yo. Siguro... ito na ang tamang oras para gawin ko ang mga bagay na dapat ko naman talagang ginagawa bilang ama at asawa," mahaba niyang paliwanag, kung ako nagulat... ang mga kapatid ko naman ay seryosong nakikinig sa kanila sa may gilid. "Pangako, Enis, magiging maayos na ulit ako para sa inyo." Napangiwi naman si nanay sa sinabi nito.

"Kahit para na lang sa mga bata, Lito. Alam kong mahal na mahal mo si Layda." Nang mapagtanto ko ang itinugon ni nanay sa kay tatay, napatingin ako agad kay Jerome. Nang magtama ang aming mata, umiwas ako dahil sa pagkailang.

"Kain muna tayo? Mamaya na 'yan, 'tay," pag-iiba ko sa usapan, tumango naman ang mga ito. Napapunas din si tatay sa kaniyang luha. Iyakin daw ang tunay na lalaki. "Jerome, halika... maupo ka rito," baling kong tawag sa binata na ikinatango niya.

"Sige, Talia," ika niya, saka dumulog sa mesa. May nakahanda kasi kaming maliit na salo-salo ngayon para kay tatay. Hindi ko lubos inakala na after sa lahat ng paghihirap at pagkawalay namin sa kaniya, makakasama na namin siya ulit. Laya na si tatay, laking pasasalamat ko naman doon. Inasikaso kasi agad nila Jerome ang pag-urong sa kaso kaya napadali ang paglaya ni tatay.

Nang makap'westo na silang lahat sa mesa para makakain, agad ko silang inasikaso. Mamaya na siguro ako kakain kasi nawalan ako ng gana ngayon.

"Salamat," pasasalamat ni Jerome nang malagyan ko ng orange juice ang kaniyang baso, ngiti lang ang naisukli ko rito. Matapos kong gawin iyon, agad akong lumapit sa aking mga kapatid na kaharap sa kinaupuan ng aking mga magulang.

"Ikaw, Beng? Ano'ng gusto mong kainin, ito ba?" tanong ko sabay turo sa mga ulam na nakahanda sa mesa. Mabuti na lang at may ipon pa ako para sa handang ito.

"Shanghai na lang akin, Ate," suhestiyon niya, mabilis ko namang inilagay iyon sa kaniyang plato.

Napalingon naman ako sa aking kaliwa nang magsalita ang isa.

"Ako rin," inggit na sabi ni Tonton na aking ikinatawa ng kunti, napatawa rin naman si Jerome sa sinabi nito.

"Aba, naiinggit ang Tonton namin," pang-iinis ko sa kapatid, sumimangot naman ito kaya kinurot ko ang matambok niyang pisngi nang mabilisan saka inilapag sa plato niya ang Shanghai. "Heto na po sa 'yo, pogi. Kain lang nang kain, ha?" Tumango naman siya sa bilin ko kaya napahagod ako sa kaniyang buhok saka ito nilaro nang bahagya.

Pagkatapos ko silang asikasuhin sa mesa ay napag-isipan ko munang iwan sila saglit at pumarito sa kusina. Nais ko muna ang makapag-isip kahit papaano. Inilingat ko ang sarili ko sa pagtimpla ng kape dahil nais ko muna ang makapag-relax kahit paano. Coffee makes me calm, think and relax for a moment.

"'Nak," tawag ng isang boses sa aking likuran dahilan ng mapahinto ako sa akong ginawa, nilingon ko naman ito agad.

"'Tay, bakit kayo nandito? Tapos na ba kayong kumain? Sila nanay–" He cut me off, humakbang naman ito papalapit sa akin.

"Sorry," biglaan niyang sabi nang huminto siya malapit sa aking kinatatayuan, napaayos naman ako ng tayo gawa ro'n. Pansin ko naman na tila naiilang. "Alam kong malaki ang pagkukulang ko sa iyo, naging makasarili ako at naging duwag bilang isang ama," dagdag niyang pahiwatig, nakagat ko naman ang loob ng aking pisngi.

"'Tay." Pilit siyang ngumiti sa akin, nagawa niya naman akong tingnan sa mata.

"Alam mo ba, habang namamalagi ako sa presento? Walang araw na hindi ka pumapasok sa isip ko, at ang mga kapatid mo. Walang araw na hindi ako nagsisisi. Walang araw na hindi ako nagdadasal para sa inyo," pag-amin niya na ikinatamlay ko, tila ako ay natauhan sa kaniyang sinabi. "Lagi kong sinasabi na sana, hindi ko na lang kayo naging anak kasi... hindi ko naman kayo nabigyan ng magandang buhay na dapat niyong nilalasap. Hindi ako naging mabuting asawa sa nanay mo, hindi rin ako nagpakaama sa inyo. No'ng nakulong ako, doon ko napagtanto na wala akong silbi. Mabuti pa ang isang inutil, nagawa pang manlimos para may pangkain ang pamilya niya, pero ako? Wala akong ibang ginawa kundi magpakasaya at saktan kayo," patuloy niya pa, napahawak naman ako sa aking leeg. Tiningnan ko siya sa mata gamit ang malungkot kong mukha.

"Hindi." Napaawang naman ang labi nito, I shaked my head. "Alam ko na ang lahat, 'tay. Bakit pilit niyo pa ring sinisiraan ang sarili niyo sa akin e, hindi ka naman gano'n? Bakit sinasabi mo na masama ka e, ikaw nga ang tumulong kay Allan para mabuhay. Kahit hiwalay na kayo noon ni nanay, nagpakaasawa ka pa rin sa kaniya. 'Tay, masakit. Masakit sa akin na sa kabila ng pinangagawa mo, pinili mong sirain ang imahe mo sa akin na paniniwalaan ko." Napalapit naman siya sa akin lalo nang masabi ko iyon, kinuha niya ang aking kamay at maingat itong hinawakan. My tears began to dropped. "Nagawa kitang isumpa na hindi naman pala dapat. Nagawa kitang kamuhian which is mali. Nagawa kitang tratuhing parang kung sino e, wala ka namang ibang ginawa kundi ang mapabuti kami," basag mong sabi, hindi ko kayang pigilan ang aking emosyon kaya hinayaan ko na lamang na masipaglabasan ang aking mga luha.

"Talia, ama niyo ako at responsibilidad ko iyon—" Pinutol ko agad ang kaniyang sinabi nang magsalita ako.

"Responsibilidad ko rin 'tay, ang respetuhin at pakinggan kayo sa mga oras na 'yon!" I exclaimed, agad ko namang naramdaman ang kamay niya na pinunasan ang aking luha. "Pero hindi e, mas pinili ko pa agad ang husgahan ka at kamuhian. 'Tay, sorry. Sorry kung ginawa ko iyon. Sorry kung hindi ako naging mabuting anak. Sorry sa lahat," iyak kong wika, puno ng pagsisisi sa aking nagawa. Iniharap niya naman ako nang maayos sa kaniya, kaya napatingin ako rito nang diretso.

"Wala kang kasalanan, 'nak. Ako, ako ang may kasalanan, okay?" Tumango-tango lang ako. "Pasenya na rin, sana mapatawad mo si tatay, ha?"

"Hindi ko kayo mapapatawad, 'tay." His lips parted. Kinurap-kurap niya naman ang maganda niyang mata na tila hindi makapaniwala sa kaniyang narinig.

"Talia?"

"Kasi wala naman kayong kasalanan sa akin at sa amin. Kaya ako dapat ang manghihingi ng sorry sa iyo," pagpapaintindi ko sa kaniya na kaniyang ikinangiti sa akin, niyakap niya naman ako nang mahigpit.

"Shh, walang walang magulang ang kayang tiisin ang anak. Kung ano man ang naging sagabal d'yan sa utak mo, 'wag mo ng isipin iyan kasi pinapatawad na kita." Dahan-dahan ko namang inikayakap sa kaniya ang aking kamay. Sa bisig ng aking ama, naramdaman ko ulit ang pagmamahal niya.

"I love you po," matamis kong sabi rito, sinuklay niya naman ang aking buhok gamit ang kaniyang kamay.

"Mahal ko rin kayo, Talia," tugon niya na ikinalaki ng aking ngiti. Wala na akong ibang mahihiling pa.

On this day, I've realized many things about life. Tulad ng... ang buhay ay mas lalong naging makahulugan at excited kung maraming problema lalo na kung nasaksihan mo kung paano mo ito nalagpasan.

Sana masaya ka, Allan. Nawa nasaksihan mo ang nangyayaring ito sa pamilya natin.

"SALAMAT JEROME, HA?" mahina kong wika rito nang makalabas kami pareho sa unit ko, he looked at me and smiled.

"Salamat din, Talia," he replied, I nodded. He stopped for a while kaya gano'n na rin ako. Nasa labas kami ng unit ko, pauwi na kasi siya.

"Nga pala, pakisabi kay Beatrice na miss ko na siya. Sana magkita na kami ulit." He wet his lips, he looks sexy by doing it.

"You can visit naman sa amin if you want."

"Talaga?" My eyes widened when he nodded.

"Yes naman, alam kung mas matutuwa pa si Beatrice kung dadalaw ka," sabi niya pa na mas lalong ikinalaki ng aking ngiti. Pero nawala ito agad nang may naalala ako.

"Eh, paano 'yong…"

"Si Mama?" He smirked. "Tsk. Kung tutuusin, nais ka nga niyang makilala, e."

"Weh? 'Di nga?" pagsisiguro ko, natawa na naman ito ngayon dahil sa aking kinikilos. He put his hands on his pocket saka ako tiningnan ulit nang masinsinan.

"Totoo kasi. Palagi ka kasing bukambibig ni Trice, kaya naging curious siya sa 'yo lalo." Bumuntong-hinga naman ako sa aking narinig.

"Kamusta na pala siya?" Since the day na natapos ang task ko kay Jerome, wala na akong balita sa mama niya. Nais ko siyang puntahan kaso marami akong what ifs, lalo na at may namamagitan sa kanila ng tatay ko.

"Maayos na siya, Talia. Bumalik na siya sa rati, nakakausap na namin siya nang matino," mahina niyang tugon, napatango naman ako.

"Nababanggit niya pa rin ba si tatay?"

"Sa ngayon, hindi na. Pero no'ng bago pa lang siyang naging okay, palagi." Natawa siya sa kaniyang sinabi.

"Mahal niya pa rin si tatay?" taka kong tanong, nakita ko naman ang marahan niyang pagtango. Kahit gustuhin ko mang magkabalikan ang aking mga magulang, kaso alam kong malabo.

"Oo," kaswal niyang sagot. Natuwa naman ako roon kasi sa kabila ng ginawa ni tatay sa kaniya, nagawa niya pa rin itong patuloy na mahalin. Napatulala naman ako sa sunod niyang ibinahagi sa akin. "Pero alam mo kung ano ang sabi niya? Kahit mahal niya ang tatay mo, kaya niyang magpaubaya para sa ikakaligaya muli ng pamilya niyo." I lose my words. Wala akong maisip na itugon sa kaniyang sinabi kaya hinayaan ko na lamang ang aking sarili na makinig dito. "Doon ko rin napagtanto na ang love, hindi lang tungkol sa pagpapanatili e. Kasama na rin pala roon ang mapalaya at magpaubaya," makahulugan niyang sabi na aking ikinasang-ayon, nanatili lang ang titig namin sa isa't isa. May kung ano naman sa puso ko ang natuwa nang marinig ko iyon sa kaniya. Ngayon, alam niya na ang kahulugan ng pag-ibig.

Ang saya ko sa araw na ito, alam kong may kapalit itong kalungkutan pagkatapos. Nawa ang kalungkutang iyon ay hindi makapagbibigay sa akin ng pangamba.

KINABUKASAN, maaga akong pumasok sa aking trabaho, magkasabay kami ni Marlot sa pagpasok sa Partida Café. Nais ko ring makabawi dahil ilang araw na naman akong absent simula no'ng tagpo namin ni nanay.

Sobrang aga pa at wala pang customer, kaya ihinanda ko muna ang mga kailangang gamit para mamaya kung sakaling dadagsain na kami ng mga tao. Si Marlot ay busy sa pagk'wenta ng perang kinita kahapon kasi siya ang napag-utusan ni boss.

"So, ano'ng balak mo ngayon? Lalo na't magkasama na kayong lahat sa iisang bubong?" tanong ni Marlot matapos niyang kompyutin ang unang kita. Nagkibit balikat lamang ako while ang aking atensyon ay nanatili sa aking ginawa.

"Mag-double kayod. Saka ang sabi naman ni tatay, maghahanap siya ng mapapasukang trabaho, si nanay rin daw."

"Paano pag-aaral mo? Hindi ka na babalik?" tanong niya na aking ikinatigil, lumingon ako sa gawi nito saka ko lang napagtanto na nakatingin pala siya sa akin.

"Saka na siguro kapag ok na ang lahat. Ang mahalaga ay nakapag-aral pa rin ang dalawa kong kapatid," matamlay ngunit sigurado kong tugon, she just shrugged.

"Basta Ghurl, kapag kaya na... mag-aral ka ulit, okay?" Tumango naman ako. Hindi naman nakaiwas sa akin ang mahaba niyang nguso na tila nag-aalala talaga ang br*ha.

"Opo—" Hindi ko nagawang tapusin ang itutugon ko sa kaniya nang may biglang umagaw sa aming atensyon dahil sa malakas nitong pagsigaw.

"Nasaan si Talia? Tang*na, nasaan ang babaeng 'yon?!" malakas na sigaw ng isang pamilyar na boses habang tinatanong niya ang g'wardiya ng ng caféng aming pinagtatrabahuhan. Napalingon naman kami ni Marlot sa isa't isa na puno ng pagtataka, hindi ko naman maitago ang aking pangamba. Pero mas lalo akong natakot nang makasalubong ko ng tingin ang babaeng papalapit sa p'westo ko na sa sobrang galit ay tila papatay na ng tao.

Ano na naman ba ang kailangan niya?

"Talia Ellaña Escober!" Calling my complete name means a war began to start.

Napag-isahan

A woman should always remember her worth and don't ever try to settle for less.

WALA AKONG ni kaunting ideya kung ano ang sadya niya rito at kung bakit siya nandito. May kung ano naman sa akin ang hindi maiwasang hindi mabahala lalo na't kilala ko ang babaeng galit na naghahanap sa akin. Umalis ako sa counter area na kinaroroonan namin ni Marlot, saka ako humakbang papalapit sa p'westo nito. Nang makalapit na ako sa kaniya ay sinuri ko ito nang maayos. She's wearing a high waisted short, red crop top na kita ang pusod saka naka-flat shoes lang ito na ikinalitaw ng angkin niyang kagandahan. Hindi ko naman maiwasang hindi mapatingin sa aking sarili, I'm just wearing the café's uniform today—waitress style na uniporme.

Mayamaya pa, napaangat ako nang tingin nang mapansin ko ang matulis niyang mata sa akin.

"A—aive?" nauutal kong tawag sa pangalan niya, pero mas nagulat ako sa sunod niyang ginawa.

"Hayop ka! Ang landi mo!" she exclaimed, akmang sasabunutan niya sana ako kaso mabilis siyang napigilan ng g'wardiyang nakasunod sa kaniya.

Habang nailayo naman ako nang mabilisan ni Marlot sa dalaga.

"Ma'am, tama na po," awat ng guard dito, napaayos naman siya sa kaniyang sarili nang kalasin niya ang braso niyang hawak ng guard.

"Guard, ilabas niyo siya rito," utos ni Marlot. Napatingin naman ito agad sa akin na para bang nag-aalala ito kung nasaktan ba ako. Pilit namang hawakan si Aivie ng guwardiya kaso nagpupumiglas ito.

"No! Don't touch me!" reklamo niya dahilan nang sampalin niya ito na aming ikinanganga. What the–.

"Guard–" putol kong sigaw kasi agad-agad din siyang nagsalita, mas lalo naman akong nagulat nang hawakan niya ako sa may pulsuhan.

"Ano pa ba ang gusto mo, ha? Dapat manahimik ka na lang e, kasi iniwan mo na naman siya, 'di ba? And besides, hindi ka naman niya talaga mahal," galit na galit niyang paratang sa akin na ikinakunot ko sa akong noo, mas lalo naman akong napangiwi nang humigpit lalo ang pagkahawak niya sa akin.

"Ano ba ang nais mong puntuhin? Hindi kita gets," nasasaktan kong tanong dito. Akmang aawatin na sana siya ni Marlot kaso sumenyas ito na huwag lalapit gamit ang kaniyang kamay.

"Talaga? You know what, hiniwalayan ako ni CK no'ng gabing nilayuan mo siya," sabi niya pa, binasa ko naman ang aking labi sa kaniyang sinabi. So, anong pake ko kung naghiwalay sila? "Nasaktan ako no'n, hindi ako tumigil hanggang hindi niya ako balikan ulit," she murmured, nakagat ko naman nang mariin ang pang-ibaba kong labi. Nanatili lang akong nakatingin nang seryoso rito dahil nais ko muna siyang pakinggan bago siya tugunin sa mga paratang niya sa akin. "Ok na sana kami e. Unti-unti ko na sanang nakukuha ang loob niya. Then, what?! Maririnig ko na lang na nagkita kayo ulit? You suddenly shown up in the picture? Nilayuan niya na lang ako bigla at naging malamig siya sa akin. God, Talia! Sana tuluyan mo na lang siyang nilayuan at hindi ka na nagpakita pa!" she exclaimed, napalingon naman ako sa aming paligid baka kasi may customer na makapasok kapag nagkataon mas lalong lalaki ang gulo at masisira ang imahe ng café.

Napansin ko naman si kuyang tagabantay na dali-dali pumunta sa may pintuan, tila na gets niya ang aking pag-aalala kasi pinalitan niya ang signage na open sa closed. Napalagay naman ako ro'n kahit papaano.

"Aivie, nagkita kami ni CK for unexpected moment. Hindi naman siya ang sinadya ko sa bahay nila–" She cut me off.

"Kung hindi siya, sino?"

"Si tita at ang kuya niya," sagot ko na kaniyang ikinatawa kaya naiinis ako lalo. Natahimik naman si Marlot sa aking gilid. "Baliw ka ba? Ano naman ang pake ko kung nakita ko ulit si CK? Ano naman ang mayro'n kung naghiwalay kayo? Gusto niyo, tulungan ko pa kayong magkabalikan e," inis kong pagpaintindi rito, she rolled her eyes.

"Alam mo, Talia, I know na may binabalak ka."

"Wow! Mabuti ka pa alam mo," natatawa na tugon ko sa kaniya. Sa pagkakataong ito ay nagtagumpay na akong tanggalin ang kamay niya sa aking pulsuhan. Inayos ko ang ilang hibla ng aking buhok na nagkalat sa aking mukha bago siya muli bibalingan nang pansin. "Saka teka nga, busy ako sa personal business ko. Sa pagkakaalam ko, hindi ko naman trabaho si CK para pagkaabalahan ko siya. Kung ano'ng problema niyo, pag-usapan niyo. Hindi iyong nandadamay kayo ng tao, at basta-basta mo na lang akong sugurin dito," seryoso kong saad, kaso nawala na ang pasensya ko nang iba ang itinugon niya sa aking sinabi.

"Alam kong nilalandi mo siya ng palihim, Talia—" Hindi niya magawang tapusin ang nais niyang sabihin nang lumapat ang matigas kong kamay sa kaniyang makapal na pagmumukha. "The f*ck?!" halos lumuwa ang mata niya sa kaniyang reaksyon dahil sa hindi pagkapaniwala sa aking ginawa. Patikim pa lang iyan.

Hinarap ko siya nang maayos. Naging seryoso ako kahit naagaw ang aking atensyon kay Marlot na humagikgik ng tawa sa gilid dahil sa aking pagsampal kay Aivie. Nanatili naman ang kamay ng kasumbatan ko sa napalo niyang mukha.

"Kung hindi mo pa itigil 'yang bunganga mo, hindi lang iyan ang aabutin mo sa akin, Aive." I pointed my finger at her, napalunok naman ito na tila kinakabahan. I played with my tongue and smirked. "Bakit hindi si CK ang tanungin mo, kung bakit ka niya nilayuan at naging cold siya sa 'yo? Girlfriend ka niya tapos wala kang alam kung bakit? Tsk." Magsasalita pa sana siya gawa sa aking mga tanong dito kaso hindi siya nagtagumpay nang sabay kaming napalingon sa may pintuan nang bigla itong bumukas.

Kinabahan naman ako lalo nang makita siya kasama si Myka at kabanda niya, tila may mangyayaring masama ngayon na hindi ko maalam-alam kung ano.

"What happened here?" takang tanong ni Adrian nang tuluyan na itong makalapit sa p'westo namin ni Aivie. I bit my lower lip to stop myself from thinking too much.

"Crisanto, mabuti naman at dumating ka. Ito kasing baliw na ito bigla na lang sumugod dito, saka inaway si Talia," pagpapaalam ni Marlot dito. Nasilayan ko naman ang namumuong pag-aalala sa kaniyang mukha nang tumingin ito sa akin.

Biglang natahimik ang pagitan namin ni Aivie, kaso mas lalo yata akong nangamba nang marinig kong magsalita si Myka. Kagaya ni Adrian, suot nila ang printed uniform nila rito sa café—na may pangalan ng banda nila.

"Aive," tawag ni Myka rito na umagaw ng atensyon naming lahat, ang tingin namin ngayon ay nasa kaniya.

"Woah! What a small world? Nice to see you here, Myka," natatawang komento ni Aivie.

"Y-you know each other?" Adrian asked her full of curiosity. Mas lalo namang natawa si Aivie habang tumango-tango.

"Hindi lang magkakilala, kilalang-kilala. Let just say na magkasundo kaming dalawa para kay Talia—"

"Aive, stop that—" putol na sabi ni Myka rito na pinutol niya rin.

"Why? Natatakot ka?" Napaawang ng tuluyan ang aking bibig, nilingon ko naman si Myka na ngayon… tila namumutla na dahil sa takot. "Sabi mo, tutupad ka sa usapan. Pero what happen? Bakit ako pa itong nadehado sa ating dalawa? You betrayed me, Myka!" sigaw niya sa kausap na ikinagalit na rin nito.

"I said shut up!" Myka's exclaimed, natahimik naman si Aivie. Napansin ko naman ang paglingon ni Marlot sa akin na para bang tinatanong niya ako sa kung ano ang nangyayari. While si Adrian, nakikinig lang sa mga ito. "Umalis ka na bago pa kita kaladkarin palabas!" Aivie chuckled on Myka's warning.

"Scary." She crossed her arms, looking at Myka using her killer expression. "But girl, hindi na ako tinatablan ng takot," malakas na loob niyang wika sa kasagutan. Myka was about to talk pero naunahan siya ni Adrian. Ang tatlo pa nilang kabanda ay nakikinig lang din na tila naguguluhan din sa nangyayari.

"Itigil niyo na 'yan," suhestiyon ni Adi sa mga ito, ngunit mas lalong pinainit ni Aivie ang tensyon sa pagitan naming lahat.

"Why, Adrian? Ayaw mo bang malaman ang totoo kung bakit ka nga ba biglang nilayuan ni Talia?" She smirked.

"What do you mean?" Adrian asked her full of confusion. Napalapit naman si Myka sa kaniya, tila natatakot sa maaari nitong aminin sa binata.

"Aive," pigil ni Myka rito na hindi pinakinggan ni Aivie. Seconds later nanlaki ang mata ko nang bigla niyang hagitin si Myka papalapit sa kaniya, saka iniharap kay Adrian. Tila naging basang sisiw naman ang Myka'ng mataray na kilala ko. May tinatago ba sila sa akin?

"This girl, Myka," panimula ni Aivie, nakinig lang si Adi rito. Nagawa niya pang sulyapan ang babae bago nagpatuloy. "Nakipag-usap lang naman ako sa kaniya na tulungan ako para maging busy si Talia sa iyo para layuan at tantanan niya si CK. Pero, ano? Sa halip na iyon ang gawin niya, iniba niya ang plano. Right, Myka?" Napahawak naman ako nang mariin sa aking uniporme dahil sa narinig. Lunok lang ang nagawa ni Myka.

"H-huwag kang maniwala sa kaniya," nabubulol niyang payo kay Adrian, subalit wala yata sa plano ni Aivie ang tumigil.

"Your best friend has a feelings for you, matagal na. Kaya sa halip na ipaglapit niya kayo ni Talia, iba ang ginawa niya." She chuckled, napapikit naman si Myka na tila nahihiya. Nagawa kong sulyapan si Adrian na ngayon, kunot na kunot na ang noo dahil sa pagtataka. "She threatened Talia, na layuan ka. Kaya bigla na lang naging cold 'tong ulan mo sa 'yo—" She didn't able to finish her words nang magsalita ang nais niyang bulabugin. I suddenly felt Marlot's hand on mine, kaya napasulyap ako rito.

"Please, stop–" putol na sabi Myka.

"No! I want to hear everything!" malakas na sigaw ni Adrian na ikinagulat naming lahat. Namawis naman ang kamay ko dahil baka may sasabihin din si Aivie patungkol sa akin, kung nagkataon... nako huwag naman sana.

"Binalaan niya si Talia... na sa oras na hindi ka niya layuan, sasabihin niya ang totoong nararamdaman ni Talia sa 'yo." Naiyukom ko ang isa kong kamay na hindi hawak-hawak ni Marlot, saka galit na tumingin kay Aivie. If she doesn't stop, I will make her stop. Sinulyapan niya ako, natatawa lang ito. All these time, kaya mo pa rin akong ipahamak, Aivie. "Kaso naman itong si Talia na duwag, takot na aminin ang feelings niya towards you kasi baka masira raw friendship niyo. Kaya ayon, mas pinili ang magpauto kay Myka kaysa kausapin ka," paliwanag niya na ikinadilim na ng aking paningin. Ngayon, alam na ni Adrian ang totoo. Ano'ng gagawin ko?

"Are you out of your mind, Myk's? Why did you do that?" puno ng galit na tanong ni Adrian sa kaibigan, kaso umiling-iling lang ito. Ngayon ko lang din napansin na umiiyak na siya. Ilang sandali pa, biglang lumingon si Adrian sa akin dahilan ng makapagsalita akong muli. Kaya ang planong paglapit ni Adrian sa akin ay naudlot.

"Leave," malamig kong utos sa kaniya, napahawak naman si Marlot sa braso ko.

"Ghurl."

"I said leave. Umalis ka 'yong lahat, ngayon na!" I exclaimed, nanlaki ang mata nila pareho. Kaso wala yata silang planong umalis.

"Talia, listen—" Hindi ko hinayaan na makapagsalita pa si Adi nang kung ano-ano dahil ayaw kong lumala ng gulo lalo na ngayong galit ako. Akmang lalapitan niya ako ulit kaso pagalit kong binalingan ng tingin sila Aivie na ikinalaki ng mata niya

"Masaya ba? Masaya ba ang paglaruan niyo akong dalawa, ha?" galit na galit kong tanong sa mga ito, napayuko naman sila pareho dahil sa hiya. Matapos kong masabi iyon ay nilingon ko si Aivie. "Ano, Aive? Sa tingin mo kung ginawa ni Myka ang gusto mo, tuluyan akong lalayuan ni CK? Hindi! Kasi siya mismo ang humanap ng paraan na lapitan ako!" I exclaimed, nakagat niya naman ang labi niya sa sinabi kong iyon. Ilang sandali pa ay si Myka ang nagawa kong tapunan ng tingin kaso nahihiya itong tingnan ako sa mata. Mabilis naman ang kamay ni Adrian na hawakan ako kaso padabog ko itong tinanggal na ikinagulat niya. "Ikaw, Myka? Iyang pananakot mo ba sa akin nakatulong sa 'yo na magustuhan ka rin ng bestfriend mo? 'Di ba, hindi? Kasi nang dahil sa ginawa mo, mas kinulit niya pa ako! Sa akin na halos umiikot ang oras niya!" Napaiyak naman siya lalo sa sumbat kong iyon. I massage my temple gently to calm myself saka ko sila ulit tiningnan. "Ang babaw niyo, dahil lang sa lalaki nagkagan'yan kayo? Both of you are woman, and a woman should always remember her worth. Hindi iyong ipagsiksikan niyo iyang mga sarili niyo sa mga lalaking ako naman ang nais habulin!"

Nang masabi ko ang mga katagang iyon ay hindi na nila ako nagawang tingnan pa, tila wala na silang mukhang ihaharap sa akin dahil sa labis na pagkahiya. I didn't expect this one to happen.

"Congratulations! Sana naging masaya kayong dalawa sa panggag*go niyo sa akin," mahina kong bati sa mga ito, saka walang pasabing tinalikuran sila para lisanin ang lugar. Hindi naman nakatakas sa akin ang habol na tawag ni Marlot at Adrian sa pangalan ko... subalit wala na sa plano ko ang lingunin pa sila.

Tama nga ako, ang lahat ng kasiyahan ay may malaking kapalit na kalungkutan.

Nang makalabas na ako sa café ay bigla akong napahinto nang makasalubong ko ang isang rebultong ngayon lang ulit nagpakita sa akin. Naka-black hoodie siya ngayon, animo'y may tinatataguang tao. Nakita ko naman agad ang pag-aalalang nakaguhit sa kaniyang mukha.

"El," tawag niya sa akin, tinitigan ko lang ito. "What happen?" tanong niya na may pag-aalala sa kaniyang boses. Walang emosyon akong tumingin sa kaniya.

"I already told you to loved her, but what did you do?" seryoso kong tanong saka nagpatuloy sa aking paglalakad.

Pinagkaisahan nila akong lahat, nagawa nila akong pahirapan lahat.

"Ellaña!" Hindi ko na siya nagawang lingunin pa kahit na nagawa niya pang isigaw ang pangalan ko.

Simula nang dumating silang dalawa sa buhay ko, wala na akong ibang napagdaanan kundi puro problema't gulo. Problema dahil nasangkot ako pareho sa kanila. Gulo dahil nagawa ko silang mahalin pareho.

Oo, totoo ang sinabi ni Aivie kanina... nahulog nga kay Adi nang tuluyan ang aking puso simula no'ng iniwan ko si CK.

Habang naglalakad ako papalayo sa kanila, hindi ko naman maiwasan ang aking sarili na muling balikan ang araw na kung saan nagsimula akong naging duwag.

MALAKAS ang ihip ng hangin habang hinihintay ko si na bumalik si Adi, iniwan niya kasi ako rito sa labas ng condo niya dahil mayroon muna siyang kukunin saglit sa loob. Napatigil naman ako sa aking kinatatayuan habang yakap ko ang aking sarili nang may biglang lumapit sa akin na babae. Hindi ko naman maiwasang hindi mapahanga sa taglay niyang kagandahan kahit nakapanglalaking ayos pa siya.

"You're Talia, right?" tanong niya nang huminto siya sa aking harapan, mabilisan naman akong tumango.

"Yes. How may I help you?" Inabot niya naman ang kamay niya sa akin, napangiti naman ako ro'n.

"I'm Myka, Adrian's best friend," nakangiti niyang pagpapakilala sa akin.

"Hi! Nice meeting you. Hindi man lang na k'wento sa akin ni Adi na may maganda pala siyang kaibigan—" Hindi ko natapos ang aking nais e-komento sa kaniya nang binara niya ako.

"Alam kong gusto mo siya," matigas niyang sabi, naiwan naman ang kamay ko sa ere na sana ay ikakamay ko nang magpakilala ito sa akin. "Nope. In love ka na sa kaniya," dagdag niya pa, doon naman ako natauhan. Tila ako ay nanghihina sa aking narinig.

"E-excuse me?" basag kong tanong, tinaasan niya lang ako ng kilay.

"Babae rin ako. Don't lie to me."

"M-myka." She looked at me straightly, kinabahan naman ako roon.

"Stay away from him," payo niya na ikinaawang ng aking bibig. "If nagawa mo 'yon... safety sa akin ang sikreto mo, at hindi masisira ang friendship niyo."

Simula sa araw na iyon, tuluyan ko na ngang nilayuan si Adrian—upang hindi niya malaman ang tunay kong nararamdaman.

Dati

Hindi na ako magbibigay ng kasabihan sa kabanatang 'to, marupok ka naman kaya wala ring silbi ang sasabihin ko.

TIMES quickly goes by. Simula no'ng magkagulo sa shop ay naging komplekado ulit ang lahat... kasama na roon ang friendship namin ni Adi. I never thought na sa mismong araw na iyon, malalaman niya kung bakit ko siya nilayuan kaso sa hindi magandang paraan nga lang. Hindi ko na rin alam kung ano ang siyang aking gagawin sa oras na magtagpo kami ulit... na lalo na't may alam na siya sa totoong nararamdaman ko para sa kaniya.

Martes ngayon kaya may pasok ako sa trabaho, pero bago pa man magsimula ang working hour ko ay rito muna ako sa banyo nag-abala. Nag-ayos muna ako kaunti para hindi halatang stress ang aura ko. Nang makita kong maayos na ang aking sarili, naisipan ko kaagad na lumabas.

I was about to close the door ng banyo sa café nang may biglang tumawag sa pangalan ko dahilan ng mapalingon ako rito.

"Talia," mahinang tawag niya sa akin, napatingin naman ako nang deritso sa kaniyang mapupungay na mga mata. Umiyak ba siya galing? "Sorry. Sorry kung... ginawa ko 'yon, mahal ko lang talaga si Crisanto, e. Mahal ko lang ang best friend ko," she added. Hindi naman nakaligtas sa akin ang pagkapit niya ng mariin sa suot niyang damit na pang cowgirl.

I wet my lips, trying to stay calm. "Alam mo, Myks... wala namang masama dahil nagmahal ka. Alam mo ba kung ano iyong masama?" tanong ko, umiling naman ito sabay yuko. "Ginamit mo ang pagmamahal mo sa isang tao para makapanakit ka ng iba," pagsabi ko, nilapitan niya pa ako lalo saka hinawakan ang aking mga kamay.

Nais kong magalit sa kaniya at sumbatan siya kasi pinagkaisahan nila ako ni Aivie, pero ewan ko... hindi ko magawa. Para bang naiintindihan ko siya, tila ayos lang sa akin.

Napabalik naman ako sa realidad nang mas humigpit ang pagkagawak nito sa kamay ko. Seryoso na siyang nakatingin sa akin ngayon, tila puno ng pagsisisi.

"Sorry. Promise, hindi na kita pagbabantaan. Gagawin ko ang lahat, Talia, patawarin mo lang ako." Napangiti ako sa kaniyang sinabi, ako naman ngayon ang humawak sa kaniya.

Nagtama lang ang tingin namin sa isa't isa. I know she's a good girl, siguro... naging ganito lang siya dahil nagmahal siya. Kagaya ko noon, para akong naging tanga na gagawin lahat ng bagay para lang sa kapakanan ng taong mahal ko. Gano'n naman siguro tayong mga babae, 'di ba? Sa oras na tinamaan tayo, pinapaibabaw natin ang ating emosyon kaya tayo nakasakit na ng damdamin ng iba at nakakalimutan na natin ang ating mga sarili–o kung sino tayo.

"Just stay by his side," kaswal kong tugon na ikinalaki ng kaniyang mga mata, maski ako nagulat din sa aking sinabi. Hindi ko naman iyong pinahalata sa kaniya.

"Ha?"

"Mahalin mo lang si Adi, at huwag mo siyang saktan... bayad ka na sa akin do'n." Napabitaw siya sa kamay ko gawa ng aking sinabi, nakita ko naman ang namumuong pagkabigla sa kaniyang mukha.

"Paano ka? I mean–kayo?" nauutal niyang tanong sa akin, bumuntong-hininga ako.

Sa puntong ito ay nagawa ko ang maglakad, sumunod naman siya sa akin. Ilang hakbang lang ang nagawa namin, saka ako huminto na kaniya ring ikinahinto. I faced her and smiled.

"God has plan for us. Sa kaniya ko na inaasa ang lahat. Kung ano ang plano niya para sa amin ni Adi, iyon ang masusunod." Napakagat siya sa kaniyang labi sa aking sinabi pero nanatili pa ring nasa akin ang kaniyang atensyon.

I don't know, pero sa kabila ng mga nangyayari sa akin ngayon–sa amin, naging kampante na ako na ipaubaya sa Panginoon ang lahat... kasi alam kong mas maganda ang plano niya kaysa sa akin.

"Do you love him, right?" Napahinto naman ako ng ilang segundo sa tanong niyang iyon, I sighed before saying anything.

"Sometimes… hindi sapat ang pag-ibig para mapasa'yo ang taong mahal mo, minsan minahal mo lang talaga sila para sumaya at may matutunan ka," sagot ko sa kaniyang tanong, napatango naman si Myka.

Ang sinabi kong iyon sa kaniya ay totoo, love just ain't enough. Namayani sa pagitan naming dalawa ang katahimikan gawa ng aking sinabi rito. Nang mapansin niyang wala na akong nais sabihin, saka niya naisipang magsalita ulit.

"Sorry, Talia. Please forgive me?" Ngiti lamang ang naibigay ko sa kaniya na ilang sandali pa, ikinangiti niya rin sa akin.

Ang ngumiti sa taong nagpasakit sa iyo sa oras na humingi siya ng tawad ay nangangahulugan lang na hindi ka apektado sa mga sinasabi nila laban sa iyo. Just give them a f*cking smiles after they ruin your freaking life. Someday they'll realize na ang ginawa nila sa iyo ay maaari ring mangyari sa kanila ng triple pa. Pero ang mahalaga, nagawa mong magpatawad sa kabila ng lahat.

KANINA PA paikot-ikot si Marlot sa k'warto ko, dito kasi siya matutulog ngayon dahil niyaya ko ito. Gusto ko kasing makasama siya kahit papaano at may makausap man lang tungkol sa problema ko. Sila nanay at mga kapatid ko ay tulog na, kanina pang alas otso ng gabi... sadyang kami na lang dalawa ang gising ngayon.

Both of us are wearing our matching outfits na pantulog, sa kaniya ay kulay pink sa akin naman ay white–para tuloy siyang bata dahil sa pajama niyang hello kitty. Ang akin kasi ay stitch, ang kyutie. Nakaupo ako sa kama ko habang siya naman ay lakad lang nang lakad na tila hindi mapakali. A moment after ay sumilip na naman siya sa bintana saka tumingin ulit sa akin.

"Wala ka bang planong kausapin 'yong tao?" nag-aalala niya tanong, pinasadahan ko lang siya ng tingin. "Kanina pa 'yan nasa baba ng unit mo oh. Hahayaan mo na lang ba?" Napaayos ako sa akong higaan dahil sa ikalawa niyang tanong, I shaked my head.

"Mabuti na siguro kung hindi na, Marlot. Mas lalo lang lalaki ang gulo e," normal kong sagot, nilapitan niya naman ako kaagad saka umupo na rin sa kama.

"Ghurl," tawag niya, tiningnan ko naman siya. "'Di ba, lage kong sinasabi sa iyo na ang pagtatago ay walang maitutulong?" Nakagat ko naman ang loob ng aking pisngi, para akong natauhan. I looked at her full of emotions, nagawa niya nang hawakan ang aking kamay saka nagtama ang aming mga tingin. "Kausapin mo na... nang sa gano'n ay maliwanagan kayo sa isa't isa," utos niya pa sa akin na aking ikintango sabay ngiti. Marlot was right, kailangan namin ang mag-usap at mangyayari lang iyon kung bababa ako sa aking unit.

Wala na akong ibang magawa kundi ang sundin si Marlot, lumabas ako sa k'warto para kausapin ang taong kanina pa naghihintay sa akin sa baba. Nang makalabas ako nang tuluyan, napalingon naman siya sa akin na naging dahilan ng pagtindig niya nang maayos mula sa pagkasandal niya sa pinto ng kaniyang kulay pulang raptor na sasakyan.

Unti-unti akong humakbang papalapit sa kaniya hanggang sa tuluyan na akong makalapit dito.

"Talia," he called my name, napangiti naman ako ro'n. So he's not calling me using the nickname he gives to me. Nilagpasan ko siya, saka itinuro ang hoodie ng kaniyang sasakyan.

"P'wede ba akong maupo rito?" He shrugged.

"If that's what you want," mabilisan niyang sagot, umupo naman agad ako roon. Nang makap'westo na ako nang maayos ay nilingon ko siya.

"Gabi na, ah? Bakit nandito ka pa?" Kagaya ko, umupo na rin ito sa kinauupuan ko, mabuti na lang at nagkasya kami.

"I always wanted for us to talk." He gulped hard.

"Then speak," I commanded. "I mean… sabihin mo na ang nais mong sabihin sa akin." Nagawa niya akong lingunin nang masabi ko iyon, napalunok naman ako nang maaninag ko ang mukha ng taong minsan ko ng kinababaliwan.

"Talia, sorry for what Aivie did to you last time," anito. I wet my lips and smirked. Nagawa niyang iwasan ang tingin ko nang mapansin niyang naiilang ako. I don't know kung may epekto pa ba siya sa akin. All that I know is... kailangan ko ng tanggapin na si Aivie talaga ang nakatadhana for him.

"Pasenya na rin kung kailangan pang dumaan ang ilang araw bago ako makipag-usap sa 'yo tungkol sa nangyari. Kinausap ko pa kasi si Aivie, saka inalam ang side niya kung bakit niya iyon ginawa," patuloy niyang pagpapaliwanag, natuwa naman ako sa aking mga narinig mula rito. He's now matured, and I'm so happy about that.

"She's too blessed by having you in her life," komento ko na nakangiti. "Akalain mo 'yon... sa kabila ng ugali niya, nagawa mo pa rin siyang pakinggan bago mo siya pinagalitan o husgahan man lang." sana ginawa niya rin iyon sa akin noon. Nagulat naman ako sa nagawa niyang aminin niya sa akin.

"I've learned that from you—" I cut him off with a surprise.

"From m—me?"

"Yeah. Remember the diary you gave to me? Nasa ikasampung pahina no'n... may nakasulat tungkol sa pag-aalam ng isang POV ng tao bago ka magsalita. Kapag ginawa mo 'yon, madadaan sa maganda at maayos na usapan ang lahat. Well, tama ka kasi naging epektibo nga," seryoso niyang pagbahagi sa akin, napariin naman ang kagat ko sa aking labi. Nanatili lang ang tingin ko sa kaniya habang siya ay minsang umiiwas ng tingin sa akin. "Kaso hindi ko 'yon nagawa noon e. Hindi ko nagawang pakinggan ang side mo, ika mo nga roon... kasi puro sarili ko lang na kapakanan ang iniisip ko." He smirked, napangiwi naman ako. Now he knows.

He waited for how many seconds for me to talk again. Napaisip naman ako sa nais kong sabihin sa kaniya, para kasing nauubusan ako ng boses dahil sa inamin niya.

"Ipinatapon mo na 'yon, 'di ba?"

"Kapag wala ako sa katinuan, oo. Pero kapag ayos na ako, hinahanap ko ulit kahit madumi na o saang basurahan man iyon napalagay. Bigay mo 'yon e. Iyon na lang ang natatanging alaala ko sa 'yo... kaya dapat kong pahalagahan iyon," mahaba niyang paliwanag, napanatag naman ako kahit papaano. I gazed at him, ang guwapo niya pa rin. Ang hirap niya pa ring abutin at mapasa-akin.

"Sana pala naging diary na lang ako... nang sa gano'n ay magawa mo rin akong pahalagahan kahit papaano," sabi ko na lang bigla, napamura naman ako sa isipan ko nang mapagtanto ko ang aking sinabi rito. God, Talia, nahihibang ka na ba?!

"El."

"Biro lang." Pilit naman siyang natawa sa sinabi ko. I sighed, trying to avoid his look at me. "Now tell me," wika ko, kumunot naman ang kaniyang noo. Inayos ko ang pagkaupo ko sa kaniyang sasakyan saka magsalitang muli. "Ano'ng nais mong sabihin sa akin at naghintay ka pa nang matagal?"

Hindi siya agad nakasagot sa aking tanong dito, ilang oras pa ang hinintay ko bago niya ako naisipan tugunin. Mahirap ba ang tanong ko? Parang 'di naman, ah?

"Nais ko lang sanang humingi ng chance para bumalik na tayo sa rati," simple niyang tugon sa aking tanong na ikinalaglag ng aking panga.

Para akong nawawalan ng hangin sa aking narinig. Hindi ko alam kung dapat ba akong matuwa o hindi, para kasing nakapagtataka lang kung bakit niya iyon sinabi sa akin. Saka, kaya ba siya naghintay nang matagal sa labas ng unit ko sa ganitong oras ng gabi para lang doon?

"Excuse me?" Nanatili lang ang tingin niya sa akin, seryoso. "Ano ang sabi mo? Chance? Dati?" sunod-sunod na hindi ko mapigilang tanong dito, he nodded kaya napaawang ang aking bibig. "Ibig bang sabihin, babalik ako sa rating Talia na kilala mo? No'ng baliw na baliw sa 'yo na kayang magpakatanga at maging marupok dahil mahal ka? Wow! Aba't hindi naman yata p'wede iyon, Clifton. Sumusobra ka naman yata kung gano'n," hingal kong pangaral sa kaniya kaso tawa lamang ang kaniyang ganti, nainis naman ako ro'n. Why? May nakakatawa ba sa sinabi ko?

"What are you saying about?" he chuckled while looking at me, nagtaka naman ako sa kaniyang kinikilos.

"Ha? Kasi sabi mo, gusto mong bumalik tayo sa rati–" He cut my explanation off.

"Yes, dati. I mean... babalik tayo sa rati as a friend, mag–best friends. Kaibigan." Para akong papel na nakalutang sa ere nang marinig ko ang sinabi niya, tila ba nais ko na lang magpalamon sa lupa sa sobrang hiya. Epic fail ka, Talia.

"Sabi ko nga. Ikaw kasi... hindi mo nilinaw," walang pake kong tugon para hindi niya halatang napahiya ako, napaayos naman ako ng aking upo. Ngayon lang nga kami nag-usap ulit nang ganito kaayos tapos... hiya pa aabutin ko.

"Why, Talia? Gusto mo bang maging baliw sa akin... ulit?" sexy niyang tanong, inirapan ko siya.

"Hindi, ah. Ano ka, sinus'werte? Saka... hindi ka naman si Adrian para kabaliwan ko," inis kong tugon. Laking gulat ko na lamang sa sunod niyang ginawa na nagpahinto ng aking mundo.

"What the f*ck!" he cursed. Napaalis naman siya sa kakaupo sa hoodie ng kotse niya at tumayo sa harapan ko, saka ako tiningnan ng nakakaloka. "Tinamaan ka sa lintik na 'yon?" natatawa niyang tanong na hindi ko ikinatuwa. Nanlaki naman ang mata ko dahil sa nagawa ko na naman ang madulas gamit ang aking bibig.

Napagkasunduan

Kadalasan, ang mga bagay na sa tingin natin maayos na ay may ikalalala pa pala.

MAAGA akong nagising kinabukasan para maaga rin akong makakapasok sa trabaho. Nang matapos kong ayusin ang aking sarili at ang mga gamit na kailangan ko sa trabaho, agad akong lumabas sa aking silid. Pagkalabas ko ay insaktong nakita ko si nanay na abala sa kahahanda ng aking baon para mamayang tanghalian. Agad akong lumapit sa kaniya, saka ito binati gaya nang aking nakasanayan. Pagkatapos ay mabilis kong tinungo ang show rock namin para isuot ang kulay puti kong sapatos na sneaker na nabili ko lang sa ukay-ukay.

"'Nay, papasok na po ako," paalam ko rito nang maisuot ko na ang aking sapatos. Nilapitan niya naman ako sabay abot sa akin ng baon na gawa niya na aking ikinangiti.

"Oh sya, Anak, mag-iingat ka," tugong niya sa aking sinabi. Akmang aalis na sana ako kaso nagawa ko pa siyang tanungin ulit.

"Si tatay po ba, hindi sasabay sa akin?"

"Nako, mamaya na raw siya. Pinaliliguan niya pa mga kapaitd mo. Isasabay niya sila Beng at Tonton sa kaniya." Tumango naman ako rito.

May mali ba? Bakit biglang ayaw sumabay ni tatay sa akin ngayon? May kung ano naman sa sarili ko ang nagsasabi na mayroon akong nakalimutan na hindi ko maalam-alam kung ano.

"Okay, 'nay. Sige aalis na ako, pakisabi na lang po sa kanila," paalam ko ulit, nagawa ko naman ang humalik sa kaniyang pisngi na nakasanayan ko na ring gawin.

Mabilis naman akong naglakad tapos kong magawa iyon.

"Mag-iingat ka, Talia. Iyong baon mo, kainin mo," habol niyang bilin sa akin nang tuluyan akong makalabas sa pintuan ng unit.

"Opo!" sigaw kong tugon saka bumaba nang tuluyan.

Maayos na ang pamilya ko ngayon, hindi na kami tulad no'ng dati na sobrang gulo. Sila nanay at tatay ay unti-unti na ring nagkaayos. Ang sarap lang isipin na naging ok sila ulit dahil sa amin. Akala ko nga hindi na ito mangyayari e, kaso ang ganda pala ng plano no'ng nasa Itaas... kaya palagi akong magtitiwala sa Kaniya. Sa mga plano Niya.

Nang makababa na ako, laking gulat ko na lamang nang makita ko ang isang rebultong tila kanina pa naghihintay sa akin. Naka-plain white T-shirt siya habang nakasandal sa kaniyang kotse, gaya ng kaniyang nakasanayan. Napalingon siya sa gawi ko kaya nagmadali siyang salubungin ako kung saan ako napahinto.

"Good morning," nakangiting bati niya, nagtaka naman akong nakatingin sa kaniya.

"Ano'ng ginagawa mo r—rito?" tanong ko, saka siya nilampasan. Narinig ko naman ang yabag ng kaniyang mga paa, sinusundan niya ako.

"Sinusundo ka—"

"Bakit? Sa pagkakaalam ko ay magta-taxi ako ngayon. Kaya... hindi mo na ako need sunduin," walang gana kong tugon.

"El, I insist—" I cut him off again, I faced him and sighed. Gaya ko, nakatingin na rin siya sa akin ngayon.

"Adi..." bigla ko na lang sabi na ikinalaki ng aking mata. Darn it! Bakit ko na sabi 'yon?

Hindi ko alam, pero simula no'ng nangyari sa café lagi na lang si Adi ang lumalabas sa bibig ko... saka iniisip ko. Tama pa ba 'to?

"Adi?" taka niyang tanong, lumunok ako mg ilang ulit.

"Ah—ahhh." Para akong hindi makapagsalita, tila natatakot ako sa kung ano na naman ang masabi ko. Mabuti na lang at naisipan kong takasan ang tanong niyang iyon. "Tara, hatid mo na lang ako," yaya ko sa kaniya, saka naunang naglakad papunta sa kotse niya.

Muntikan na 'yon, ah? Wala nang ni isang salita pa ang lumabas sa kaniyang bibig. Ang sunod niya lang na ginawa ay sundan ako sa aking mabilis na paglalakad saka ako binuksan ng pinto para makapasok sa kotse niya... na ngayon niya lang nagawa.

Nang pareho kami ni CK na nakapasok sa kaniyang sasakyan ay parang may biglang dumaan na kung ano sa pagitan namin kasi pareho kaming natahimik. Para naman akong naiilang sa sitwasyon namin... lalo na't sobrang bagal ng takbo ng kotse niya, tila ba makakalimutan niya yata na nagmamadali ako para makapasok na sa trabaho.

Bumuntonghininga muna ako bago ko naisipang basagin ang katahimikang namamayani sa aming dalawa.

"Alam ba ni Aivie na ihahatid mo 'ko ngayon?" Napalingon naman siya sa akin saglit dahil sa tanong ko.

"El, I already told you... na wala na nga kami," kalmado niyang tugon, napakagat naman ako sa aking labi.

"Pero naging maayos naman daw kayo, ah?" tanong ko pa ulit, napansin ko naman ang mariin niyang pagkahawak sa manubela ng kaniyang sasakyan.

"Kapag tapos na, tapos na," walang bahid ng emosyon niyang sabi, nasa daan pa rin ang tingin nito't atensyon. Umiling na lamang ako at hindi na nagsalita pa, baka saan pa ito aabot.

Itinuon ko na lamang ang aking paningin sa daan, tila ini-enjoy ko ang hangin na tumatama sa umaalon kong nakalugay na buhok. Nakabukas kasi ang bentana ng kotse niya, kaya malaya ko iyong nagagawa.

"Mom told me na dumalaw ka raw minsan sa mansyon. Namiss ka na raw niya," sabi niya bigla na ikinabaling ko ng aking atensyon dito.

"Saka na kapag may oras na ako," mahina kong tugon saka umiwas ng tingin.

"Babalik na si kuya sa abroad, baka kung matagalan ka sa pagdalaw hindi mo na siya maabutan." Napahinto naman ako sa kaniyang sinabi, napakapit naman ako sa bintana ng kaniyang kotse.

Aalis na si Kuya? Kakabalik niya pa lang, ah? Hindi ko man lang siya naigala rito sa Manila at nang sa gano'n ay nakapag-k'wentuhan kami kahit papaano.

"I'll call him na lang later," tipid kong sagot, tumango naman ito. Nagulat naman ako sa sunod niyang sinabi.

"Talia, is there something went wrong? Feeling ko kasi ang layo ng loob mo sa akin–" Hindi ko siya hinayaang tapusin ang nais niyang sabihin sa akin nang magsalita ako agad.

Ewan ko, pero nainis ako sa aking narinig.

"Kasi si Aivie naman dapat ang pagtuonan mo ng pansin ngayon at hindi ako, Clifton!" Napahilot siya sa kaniyang sentido nang masabi ko iyon, ihininto niya muna ang kaniyang sasakyan saka ako hinarap.

"Sinabi ko na sa 'yo, 'di ba? Wala na nga kami–"

"Why?" putol kong tanong sa kaniyang paliwanag, he clenched his jaw.

"Because of you!" he exclaimed, my eyes widened. "Oo, Talia, dahil sa 'yo. I think I have a f–feelings for you–" I didn't let him finish his words again.

Hindi ko alam kung dapat ba akong matuwa sa sinabi niya or pinagloloko niya lang ba ako. Basta ang tanging alam ko lang ngayon ay gusto kong bababa ako sa kotse niya at iwanan siyang mag-isa.

How can he say that? After what he did, basta-basta na lang siyang bumibitaw ng mga gano'ng salita? God! Unbelievable.

Akala ko maayos na kami, na friends na kami... pero bakit tila mas lalo pang lumala ang sitwasyong kailangan kong harapin ngayon? Palagi na lang bang ganito?

"Bababa na lang ako," reklamo ko rito, mabilis niya naman akong napigilan nang mahawakan niya ako sa aking pulsuhan. Napadako ako sa parteng iyon saka siya tiningnan ng masama.

"El."

"I said bababa ako!" sigaw ko na hindi ko na napigilan, napakagat naman siya sa kaniyang labi sabay bitaw sa pagkahawak niya sa akin. "Bakit ka ganito, ha? Kung saan ok na ang lahat ay basta-basta ka na lang nagkakagan'yan?! Clifton, ang sabi mo sa akin no'ng una, you want us to go back like how we used to be–as a friend. Magkaibigan. Bakit no'ng nalaman mo na baliw ako kay Adrian ay nagkagan'yan ka na?" Para akong hinahabol ng hininga nang maisumbat ko iyon sa kaniya, nakitaan ko naman siya ng pagkahiya sa kaniya mukha. Pero mas lalo akong nagalit dito sa sunod niya pang sinabi sa akin.

"It's simple. Because what's mine is mine!"

"Pero hindi mo 'ko pagmamay-ari, Del Franco!"

"Pero gusto ko akin ka!"

"Baliw ka na nga," I murmured. Napayuko siya, pinakalma ko naman ng aking sarili.

I don't know what to say anymore, para akong nawalan na ng sasabihin dahil sa mga hindi makahulugang salita na lumalabas na lang sa kaniyang bibig. Kung alam ko lang na ganito pala ang aabutin namin sa oras na ihatid niya ako papasok sa work ko, sana pala tumanggi na lang talaga ako kanina.

"El, please," he whispered, hindi ko siya pinansin... nasa labas lang ang aking tingin. "Talia," tawag niya ulit, sa puntong ito nilingon ko na siya. Nagtagpo ang aming mga mata, nakita ko naman ang emosyong nakaguhit dito.

"Stop—stop... chasing me," mahina kong paalala na kaniyang ikinanganga nang paunti-paunti. Nang masabi ko iyon, hindi ko na siya nagawang pansinin pang muli. Siguro... hahayaan ko na lamang ito na ihatid niya ako sa work ko... for the last time.

SA HALIP na mabilis akong makarating sa café dahil private na sasakyan ang sinakyan ko, mas napatagal pa tuloy ako lalo. Siguro kung wala sa bakasyon si boss ngayon ay lintik na galit na naman ang aabutin ko sa kaniya.

Pinagbuksan ako ni CK para makababa sa kotse niya, pero hindi ako nagbitaw ng kahit pasalamat man lang kasi galit pa rin ako rito. Tahimik lang ako sa paglalakad papasok sa cafe, nang nasa may pintuan na ako ay bigla akong napatigil nang bigla niya akong hinagit ng mahina kaya napaharap ako rito.

"Sorry sa nagawa ko kanina. Alam kong mali 'yon at hindi ko sana ginawa. Nadala lang ako ng emosyon ko, El," paghingi niya ng paumanhin sa kaniyang nagawa, malamig akong tumingin sa kaniya.

"Just go home. Salamat sa paghatid," utos ko rito... kaso tinawag niya ulit ang pangalan ko.

"El." Tingin lang ang aking nagawa. "Can I hug you?" tanong niya na ikinalaki ng aking mata kaso hindi pa man ako nakapagsalita ay bigla niya na lamang akong niyakap... kaya napasiksik ako sa braso nito na medyo may kalakihan din. "Happy–" putol niyang sabi nang biglang bumukas ang pinto ng café na siyang dahilan nang mabilisang pagtibok ng aking puso.

Kasabay naman doon ang pagluwag ng yakap ni CK sa akin.

"Happy birthday, Talia!" masaya at sabay-sabay na sigaw ng mga taong importante sa akin sa loob ng café na siyang aking ikinatulala.

I don't know what to say or how to express my words nang makita ko ang mga taong nasa harapan ko ngayon, para bang nawawalan ako ng salitang sasabihin sa kanila. Tiningnan ko sila isa-isa, ang mga mukha nila ay masaya at nakangiti silang lahat. Naramdaman ko na lang bigla ang aking puso na tila iba, hindi ko maipaliwanag.

Nanatili lang akong nakatayo sa kanilang harapan. Nanatili lang sarado ang aking bibig hanggang sa nilapitan ako ng lalaking mahalaga sa akin.

"Anak, maligayang kaarawan!" bati niya dahilan ng mas lalo akong naging emosyonal, ang saya ko. Masaya ako.

Niyakap niya ako kaya napayakap na rin ako sa kaniya, pero hindi pa rin mawala sa akin ang labis kong pagtataka.

"Akala ko, ihahatid niyo sila Beng? Bakit kayo nandito lahat? 'Nay?" tanong ko sa mga ito nang kumalas ako sa yakap ni tatay.

"Kasi birthday mo," tugon ni nanay na may ngiti sa kaniyang labi. Kaarawan ko ba talaga? So… ito ang nakalimutan ko?

"Teka, a—anong araw at buwan ba ngayon?" I asked them all curiously, nakita ko naman agad si Marlot na lumapit sa akin… katabi niya si Tita M.

"Hoy, br*ha, October 28 ngayon. Gano'n ka na ba talaga ka busy para makalimutan mo birthday mo—"

"Nawala sa isip ko, e," putol kong sagot sa kaniyang paliwanag. Birthday ko nga. Kinlimutan ko pa talaga?

"Nawala raw," inarte niyang sabi sabay irap sa akin. Magsasalita pa sana ako kaso may isang babaeng nakaagaw ng aking pansin na siyang labis ko pang ikinataka.

"A–aivie," nabubulol kong tawag sa kaniya, siya naman ngayon ang lumapit sa gawi ko. Nang makalapit na siya sa akin, nagawa niyang hawakan ang aking kamay. Napalingon ako kay CK na ngayon ay may malaking ngiti habang pinagmamasdan kami.

Bakit parang may mali? Bakit tila maayos naman sila? Pinagloloko ba ako ng mga ito? Iilan lamang ang mga iyan sa katanungang tumatakbo sa isipan ko ngayon. Napabalik naman ako sa aking katinuan nang magsalita ang babaeng nasa harap ko.

"Happy birthday, Talia. Be happy 'coz you deserve it. Ang lahat ng kasiyahan sa mundo ay nararapat lang na pagdaan mo," nakangiti niyang wika, natuwa naman ako sa kaniyang sinabi. Imbis na magpasalamat ako sa kaniya, iba ang lumabas sa akong bibig.

"T–teka, paano ka nandito?" Sa halip na siya ang tumugon sa tanong kong iyon, iba ang gumawa kaya napabaling naman ang tingin ko rito.

"Your boys plan this, Ate," biglang agaw sa eksenang sabi ni Beng dahilan ng mabitawan ko ang kamay ni Aivie na nakahawak sa akin.

"Ha?"

"Si kuya CK at Adrian ang may kapakanan ng lahat ng 'to–" I didn't let Beng to finish her words when anger suddenly changed my mood.

"What is this all about, Izrael? Del Franco?" galit kong tanong sa mga ito, saka isa-isa ko silang pinasadahan ng masamang tingin.

Clifton looked at me directly, hindi ko man lang siya nakitaan ng takot. Napansin ko naman ang mahinang pagtawa ni Marlot kaso irap lang ang nagawa kong ipakita sa kaniya.

"Sorry, El. Sorry rin sa mga sinabi ko sa 'yo kanina. Actually, palabas lang lahat ng 'yon, walang totoo ron bukod sa mahal kita... as a friend," paliwanag niya, my lips parted. Nilingon niya muna saglit si Adrian na ngayon ay nasa amin din ang kaniyang atensyon. What's with these two monkey? "Si Adrian kasi may pakana nito, e. Napagkasunduan kasi naming e-surprisa ka sa ganitong paraan. Nakisang-ayon lang din naman ako," dagdag niya pang paliwanag na aking ikinapikit nang mariin. Wow! Napagkasunduan pala, ha?

I slowly roamed my eyes, ngayon ko lang din napansin na may ginawa pala silang disensyo sa paligid. Simple lang iyon, may nakalagay na Happy Birthday, Talia, saka balloons na gold na nakapalibot sa disenyo. Sa gilid naman ay naroon nakap'westo ang kabanda ni Adrian, sila Myka... saka mga instrumento nila. So, they–he made this for me?

Imbis na ipakita ko sa mga ito na natuwa ako ay iba ang inasal ko sa harap nila. Artista ako, e.

"So, pinaglaruan niyo ako? Sa tingin niyo nakakatuwa 'yon? Wow! Salamat, ha?"

"Ulan," agaw na tawag sa akin ni Adrian, kaya sa kaniya naman ako galit na napatingin ngayon. Humakbang ito papalapit sa akin, seryoso naman ang awra ko.

Nang tuluyan siyang makalapit sa akin ay hahampasin ko sana ito kaso mabilis nahawakan ni CK ang kamay ko. Kumunot naman ang aking noo sa ginawa niya kahit nakangiti pa siya sa akin.

"Isa ka pa—" Hindi ko natapos ang aking nais isumbat sa kaniya nang bigla niyang pinutol ang sasabihin ko na siya namang ikinatulala ko saglit.

Why is he doing these things to me? For what? To save our friendship?

"I made this for you," malambing niyang wika, dumako naman nang mabilis ang tingin ko sa cake na hawak niya.

It was a gold cake na may nakalagay na katagang, "For my Ulan". Pero mas nawala naman ako sa aking katinuan sa sunod na salitang kaniyang binitawan.

"Happiest birthday, Love," matamis at nakangiti niyang bati sa akin na ikinalaglag ng aking puso.

Ginto

GULAT NA GULAT ako sa huling salitang binanggit ni Adrian. Sino namang hindi magugulat, 'di ba? Nawala ako sa aking pag-iisip nang marinig ko iyon sa kaniya, para bang hindi ko alam ang aking iisipin patungkol doon. I came back to my senses when I heard my father's hemmed. Napatingin naman ako rito na ngayon ay naguguluhan ding nakatingin sa akin.

"May kung ano bang namamagitan sa inyong dalawa na hindi namin alam?" kalmadong tanong ni tatay, pero hindi ako naging panatag sa tanong niyang iyon. Alam ko na kung saan 'to tutungo.

"I'm sorry po... nadulas lang ako ng sabi," hilaw na tugon niya sa aking ama na ikinatawa ng lahat maliban sa akin. Sinamaan ko siya ng tingin saka nilapitan ito nang kaunti.

Pinakiramdaman ko muna ang buong paligid, nanatili lang ang tingin ng lahat sa amin ni Adrian. Hindi ko naman maiwasang hindi mapalingon kay CK, doon ko napagtanto na nakaakbay pala siya kay Aivie ngayon. So, sila pa rin talaga? Dapat masaktan ako kasi ang saya nila... pero bakit parang balewala lang sa akin ang aking nakikita? Tanggap ko na ba talaga na hindi niya kayang suklian ang nararamdaman ko? O nakapag-move on na ako dahil sa presensya ni Adrian?

Instead of answering those questions I have in mind, napagpasyahan ko na lamang na harapin si Adrian. Kailangan ko lang linawin ang aking narinig mula rito, baka kasi nagkataon... aasa ako at ako ang magiging dehado sa bandang huli.

"Ano'ng trip mo, ha? Kanina pa kayo ni Clifton, ano? Hindi na ako natutuwa. Saka ano ba 'tong pakulo na ito, ha-" reklamo ko rito na hindi niya pinatapos nang banggitin niya ulit ang salitang nagpaawang sa aking labi.

"Mahal kita...." Titig lang ang aking nagawa nang mabitawan niya iyon, seryoso naman itong napatingin sa akin. Parang kami lang dalawa ang tao sa paligid, hindi na ako nag-abala pang tingnan ang reaksyon ng mga taong kasama namin.

Is he playing with me? I know that he already knows my feelings towards him, kaya nagagwa niya na akong paglaruan at paniniwalain sa mabulaklak na katagang iyon.

"Nadulas ka na naman ba, hijo?" singit na tanong ni tatay, pero hindi ko iyon ikinatuwa.

"'Tay?!" pigil na reklamo ko, saka siya inirapan.

"Bakit? Aba, malay natin... baka nadulas na naman siya ulit sa ikalawang pagkakataon-" Adrian cut my father's expalinatin when he response.

"You all heard it right." Nabingi naman ako sa mga bulong-bulungang narinig ko sa aking paligid. Halos lumuwa na ang aking mga mata dahil sa hindi makapaniwala sa inamin niya sa akin. "Mahal ko si Talia. Mahal ko po anak nin'yo," sabi niya kay tatay na ikinangiti nito. Magsasalita sana ako para magreklamo kaso bigla itong umalis sa aking harapan na mas ikinakunot ng aking noo.

Mayamaya pa, pumunta siya sa kung saan ang kabanda niya, saka kinuha ang gitara nito at pum'westo sa may upuan. Nanonood lang ako sa susunod niyang gagawin hanggang sa tumingin ito sa akin sabay ngiti at unti-unting pinatugtog ang mga instrumento ng kasama niya at pagkaskas niya sa kaniyang gitara.

"Akala ko ba birthday surprise lang? Bakit may confession na nagaganap?" biglang sabi ni Marlot, kaso nasa kay Adrian lang nakatuon ang aking diwa.

Wala na akong ibang naging reaksyon nang marinig ko ang boses niya kundi ang matulala at mapahanga. My gold is now singing. Hinaharana ako ngayon ng aking ginto.

Nagtagpo ang ating mga mata,

Puntong ako'y napatulala.

Diretsong napatingin,

 sa ngiti mo'y nahuhumaling.

Unang linya pa lang ng kanta, mas lalo akong napahanga sa lalaking nakaharap ko, para bang sa amin lang dalawa ang oras na ito. Sa amin lang umiikot ang mundo.

Hindi ko mawari,

Puso'y biglang sa'yo nais maitali,

Saksi ang mga bituin sa kalangitan,

Ako sa iyo'y may nararamdaman.

Kung sakaling aamin,

Ikaw kaya'y mapapasaakin?

Sa iba ika'y naging tanga,

Ngunit sa akin ika'y mahalaga.

Patuloy niya sa pag-awit, ang kaniyang mata ay minsan sa gitara… madalas naman sa akin. Pero mas nakatuon ang aking atensyon sa lyrics ng kaniyang inawit. Talaga banag may nararamdaman siya para sa akin? Paano nangyari iyon kung may iba siyang babaeng matagal ng kinababaliwan kagaya no'ng sinabi niya noon sa akin?

Biglang umulan ang kalangitan,

Bumuhos kaya ako'y naliwanagan.

Nakiayon sa nararamdaman kong 'di mapigilan,

Mga kamay mo'y nais kong mahawakan.

Napangiti nang kusa,

Nang bigla kang nakita.

Kasabay ng ulan,

Napaamin sa aking nararamdaman.

Nanatili lang ang buong atensyon ko kay Adrian, laking gulat ko na lamang nang bigla itong tumayo habang hawak-hawak pa rin ang kaniyang gitara. Dahan-dahan siyang humakbang sa kinaroroonan ko, napakurap naman ako roon. This time... I feel the slow motion they always say kapag kaharap mo ang taong nagpapabilis ng tibok ng iyong puso. I have no words to say... just that mas lalo akong nahulog sa kaniya, at hindi ko alam kung talaga bang sasaluhin niya ako.

Nang makahinto na ito sa aking harapan, kinuha niya ang aking kamay at hinawakan ito ng mahigpit... tila takot na ito mahawakan ng iba. We stayed for how many seconds for that moment not until... he starts singing again while his eyes is still on me.

Ipaparamdam sa iyo,

Ang pag-ibig na ibinigay mo sa maling tao,

Gagawin kitang mundo,

Payag ka ba, mahal ko?

Ang huling linya ng kaniyang kanta ay niwika niya, para bang tinanong niya ako kung papayag ba ako sa kaniyang gusto. Nanatili lang na nakasarado ang aking bibig kasi hindi ko talaga alam ang aking sasabihin. Feeling ko kasi baka kapag nagsalita ako agad ay makapagsabi ako ng salitang hindi dapat.

A moment after, napukaw ni Adrian ang diwa ko nang magsalita itong muli.

"Talia, matagal ko na sanang nais aminin sa iyo 'to... kaso ngayon lang ako nagkaroon ng lakas ng loob para aminin sa iyo ang aking nararamdaman. I waited for this to happen... sa harap ng pamilya mo, mga mahal mo sa buhay... sa harap ni Del Franco..." panimula niyang wika, tingin lang ang nagawa ko. Ang paligid naman namin ay sobrang tahimik, parang hinayaan lang nila si Adrian sa nais nitong mangyari. "Gusto kong sa harap nilang lahat ako aamin at sa importanteng araw ng buhay mo na muntik mo nang makalimutan. I know you've wandering why sa harap pa ni CK ako aamin... is just that because I want him to witness na ang babaeng nagpakatanga at naghahabol sa kaniya noon ay maaari ring makatagpo ng tunay na pag-ibig na hindi pinipilit. Saka deserve niya rin na magkaroon ng mala-fairytale love story..." dagdag niyang pag-amin na siyang aking ikinahinga ng maluwag.

"Adi." Iyon lang ang nasabi ko, mas lalong humigpit ang pagkahawak nito sa aking kamay.

"Ikaw..." aniya, nanatili lang sa akin ang kaniyang tingin. "Ikaw ang babaeng tinutukoy ko na matagal ko nang gusto na naging abala sa kahahabol ng taong hindi naman mapapasa'yo," pag-amin niya na ikinaawang ng aking bibig. Kinabahan naman ako sa aking nalaman. Ako ang babaeng iyon? Paano? "Alam kong malabo na mahalin mo ako pabalik kasi siya pa rin, 'di ba?" mahina niyang tanong, pilit naman ang kaniyang pagngiti. Alam kong nasasaktan ito. "Handa akong maghintay-" I cut his explainations off kasi gets ko na lahat.

"Ligawan mo ako at ang pamilya ko..." bigla kong pahayag na ikinalaki ng kaniyang mata, sunod ko namang nasilayan ang kaniyang ngiti. Hinayaan ko lang naman ang mga reaksyon ng taong nakapaligid sa amin.

"What? So, papayag ka na mamahalin kita?" nahihiya niyang tanong, natawa naman ako nang bahagya roon.

He's wearing a plain gray t-shirt right now. Ikinapogi niyang ang pormahan niyang iyon. Simple lang si Adi, and I love how simple he is.

"Mahal din kita, e-"

"Jesus Christ! No joke? Y-you love m-me?" hindi makapaniwala niyang tanong, tumango naman ako dahilan ng mapasigaw siya ulit sa tuwa. "Yes! Yes! Mahal ako ni Talia! 'Tay, mahal ako ng anak niyo! 'Nay!" he exclaimed full of excitement. Nilapitan niya ang mga magulang ko at isa-isa itong niyakap.

Is he really that happy by knowing that I also have feelings for him?

"Hoy sira! Sinabi ko lang na mahal kita, ang OA mong mag-react," pigil kong sabi rito nang makabalik na siya sa kinatatayuan ko. Narinig ko naman ang pagsigaw ng mga kabanda niya lalo na ni Myka na tila nanalo ang kaibigan nila sa lotto. Sila CK naman at Aivie ay masaya ring nakatingin sa amin.

There I realized that sometimes the person you loved fisrt is the one who'll guide you to find the person you'll going to love after him. Gabay ko lang si Clifton nang sa gano'n ay mapunta ako sa taong mamahalin ako at mamahalin ko rin ng buong-buo.

"Of course, Love, masaya ako." Hindi ko naman maipagkaila na kinilig ulit ako nang marinig ko ang tawag niya sa akin. Hindi pa nga kami, kinikilig na ako. Paano kaya kapag kami na, ganito pa rin ba?

Napatigil naman kami pareho sa kakatitig sa isa't isa nang biglang sumigit sa eksena si Marlot, at nagsalita ito na ikinatawa naming lahat... pati ni Tita M.

"Nag-birthday lang, nagka-jowa na. Ako itong ipinagdiwang na ang lahat ng okasyon, wala pa rin," seryoso niyang wika, napalapit ako rito saka ito niyakap ng mahigpit.

I hope this is the fresh start for everything. Ok na kaming lahat ngayon, sana wala ng maaaring mas malaki pang problema ang aming kakaharapin.

"MASAYA ka ba, Anak?" my mother asked, napangiti naman ako rito.

Nandito pa rin kaming lahat sa cafe ngayon, and still we're enjoying each others company. Nasabi rin sa akin ni Marlot kanina na si Adrian daw talaga ang may pakana ng lahat ng ito, nakiusap din siya sa kanilang lahat lalo na sa pamilya ko at kay CK. Until now, I didn't even imagine kung paano niya nagagawa ang mga ito. Gano'n na ba talaga ako kahalaga sa kaniya?

"Sobrang saya ko, 'nay. Hanggang nagyon... hindi ko lubos aakalain na gagawin ni Adi ang lahat para sa akin. Like, siya pa mismo ang nakapag-isip na e-surprisa ako at may pasabog pang kamasa," mahabang tugon ko sa aking ina na ikinalaki ng kaniyang ngiti.

Parehas kami ni nanay na nakatayo sa may counter ng cafe habang ang tingin namin ay nasa mga taong nandidito ngayon na masayang kumakain, umiinom at nagkuk'wentuhan.

"Mahal ka ni Adrian, Talia. Alam mo ba na kinausap niya kami ng tatay mo?" she asked, I shaked my head. Napalingon naman ito sa akin kaya nagtama ang tingin naming dalawa. "Sabi niya, unang kita niya pa lang sa 'yo sa paaralan niyo, nahulog na raw siya agad. Matagal ka niyang gusto kaso baliw ka raw kay Clifton no'n, hanggang sa dumating ang araw na nagtagpo kayong dalawa at naging malapit sa isa't isa. He always pray you to God, palagi ka niyang hinihiling sa Puong Maykapal na sana sa kaniya ka mapupunta at mamahalin ka niya nang buo." Natuwa naman ako sa aking nalaman. He prayed for me... to be him? "Akalain mo 'yon, iyon din ang hiling namin ng tatay mo para sa 'yo... at nangyari na nga. Deserve mo ang sumaya, Anak. Deserve niyo ni Izrael ang isa't isa," madamdaming wika ng aking ina na siyang ikinasaya ng aking puso. Hindi ko naman mapigilan ang hindi maging emosyonal.

"Thank you, 'nay," pagpasalamat ko, saka ito niyakap. Agad niya namang tinugon iyon nang mahigpit.

Ilang sandali pa ay kumalas siya, saka hinawakan ang aking pisngi gamit ang dalawa niyang kamay.

"Just enjoy the rest of your day. Pupuntahan ko lang mga kapatid mo. Happy birthday, 'nak," bilin niya sa akin na ikinatango-tango ko na may matamis na ngiti sa aking labi.

"Salamat po," wika ko bago niya ako talikuran at pinuntahan ang aking mga kapatid.

Agad ko naman ikinilos ang aking mga paa para hanapin si Adi… kaso hindi ko ito mahagilap. Mabilis naman akong dumalo sa malapit na mesang kinatatayuan ko, saka tinanong ang mga lalaking kabanda nito.

"Si Adrian?" nag-aalalang tanong ko sa kanila, pero sa halip na sagot ang aking makuha ay ibang salita ang sumagot sa akin.

"Pretty, happy birthday," bati nito, saka tumayo sa kaniyang kinauupuan at walang pasabing ako'y niyakap.

Ilang segundo rin ang tinagal ng yakapan naming dalawa bago ko naisipang kumalas at hinarap ito.

"Salamat , Kuya. Akala ko nakalimutan mo na," naiinis kong sabi sa kaniya, natawa naman ito nang bahagya.

"How come na makakalimutan ko ang kaarawan ng nag-iisa naming prinsesa?" Napanguso naman ako roon. He really knows how to make me happy and blush. Prinsesa pa rin ang turing niya sa akin , kahit hindi niya naman ako ka ano-ano. "Sorry if mom didn't make it. Sadyang sumabay sa schedule niya, e. You know workaholic," mahina niyang sabi sa akin.

"Ayos lang, Kuya. Naiintindihan ko po. Dadalawin ko na lang po si tita-" tugon ko rito na hindi ko magawang tapusin nang may biglang sumingit.

"Ghurl, ako na rito. Hanapin mo na lang si Adrian mo," paalala niya sa akin. Kakabalik niya lang kung saan siya galing, may dala na itong inumin. I know her plans.

"Sus, alam ko na iyang mga galawan mo, Marlot," pang-e-echus ko rito, inirapan niya lang ako. Inilapag niya sa mesa ang kaniyang mga bitbit at nilapitan ako.

"Sige na, kahit ito lang... pagbigyan mo na ako," pakiusap niya sabay tulak sa akin nang marahan, tila ba pinapaalis niya na talaga ako. Natahimik lamang si Kuya Kane sa harap namin.

"Okay." Peke ko siyang nginitian bago tumingin kay kuya. "Sige, Kuya, lalabas muna ako." Natawa naman siya nang inarko ko ang aking kilay, parang na gets niya ako agad na siya nang bahala kay Marlot. Bago ko sila tuluyang iniwan, nagawa ko pang mang-inis. "Mag-ingat ka po riyan, nangangagat 'yan ng tao-"

"Talia?!" sigaw na tawag niya sa pangalan ko kaso tinawanan ko lamang siya, saka ipinagpatuloy ang paghahanap ko kay Adi. Nasaan kaya ang isang 'yon?

Patuloy ko lang inabala ang aking mga mata para hanapin si Adrian kaso hindi ko talaga ito mahanap.

Napatigil na lang ako bigla nang may biglang sumulpot sa aking harapan.

"Are you looking for Izrael?" tanong niya na ikinatingin ko sa kaniya nang diretso.

"Aivie, ikaw pala," sabi ko, ngumiti naman siya. Nanatili lang siyang nakatingin sa mga mata ko, ngayon ko lang din napansin na may hawak-hawak siyang baso na may alak.

"I know… malaki ang kasalanang nagawa ko sa 'yo. I hope time will come na mapaptawad mo na rin ako," mahina niyang wika, tipid na ngiti lang ang nagawa.

Biglang tumahimik ang pagitan naming dalawa kaya naisipan kong tugunin ito nang sa gano'n, maibsan ang lungkot na nakikita ko sa mukha at mga mata nito.

"Let's forget it na lang, ang mahalaga ay ang ngayon," paalala ko dahilan ng mapangiti siya ng malaki.

Mas mabuting kalimutan na lang kaysa magpaiwan ang puot na mas lalong sisira sa 'yo at dahilan kung bakit hindi tayo makakausad.

Hinintay kong magsalita siyang muli kaso hindi na iyon nangyari pa nang may pumasok sa eksena sa pagitan namin ni Aivie. Pareho naman kaming napalingon dito.

"Ate? May kausap pong matandang babae si kuya Adrian sa labas, kilala mo?" tanong ni Beng na ikinakunot ng aking noo.

Wala akong oras na pinalampas, kaya dali-dali akong lumabas sa café... at tama nga ang kaptid ko may kausap ito. Kinabahan naman ako nang wala sa oras lalo na't naging pamilyar sa akin ang babaeng kausap niya.

"'Nay, sana hinintay niyo na lang po akong makauwi. Delikado iyang ginagawa niyo-"

"A-adrian?" putol kong agaw na tawag sa gitna ng kanilang pag-uusap. Sabay silang napalingon sa akin na parehong may pagkabiglang reaksyon sa kanilang mga mukha. Paano sila nagkakilala ni Adi?

"Talia?" sabay na puno ng pagkagulat na tawag nila sa aking langalan nang makita nila ako. Pero huli nang mapagtanto kong tama nga ang aking hinala. Kilala nila ang isa't isa... nanay ang tawag ni Adrian sa kaniya.

"'Nay Maria?"

Epilogue

Ang buhay ay parang paalala ng MTRCB, kinakailangan ang patnubay at gabay.
-Maria-Felomina

"ANO ANG IBIG SABIHIN nito, Adrian? Bakit nanay ang tawag mo kay Nanay Maria? Paano kayo nagkakakilala?" nawawalan ng lakas kong sunod-sunod na tanong sa kanilang dalawa, nanatili lang ang kanilang tingin sa akin.

Kung ano man ang dapat kong malaman ngayon mula sa kanila, sana'y hindi ito ang magiging rason para magkalabuan kami ulit ni Adrian. Hindi na ako naging kampante lalo na't pakiramdam ko may mali talaga. Ewan ko, pero tila may nagsasabi sa akin na mayroon talaga akong dapat malaman.

Nilapitan ako ni Adrian, pilit niyang hawakan ang aking kamay kaso pinigilan ko ito. Nais kong malaman ang totoo. Nais kong maliwanagan.

"Talia, let me explain first," mahina niyang sabi sa akin kaso umiiling-iling lamang ako rito.

Nagawa ko siyang titigan ng seryoso, para niya namang pilit iwasan ang tingin kong iyon. Alam kong may tinatago siya.

"Niloloko niyo ba ako? May dapat ba akong malaman?" Mabilis naman siyang umiling, tumingin ito sa akin na puno ng pag-aalala. Nais niya sanang magpaliwanag pa kaso nagsalita si nanay na ikinatigil niya.

"Hayaan mong ako ang magpaliwanag sa kaniya, Crisanto," singit nito sa pag-uusap naming dalawa, napalingon naman ako sa gawi nito. Kagaya ni Adrian, puno rin ng pag-aalala ang kaniyang mukha. Humakbang siya papalapit sa akin, nang magawa niya iyon ay hinarap niya ako nang maayos. "Anak, maaari ba tayong mag-usap saglit na tayong dalawa lamang?" pakiusap nito, wala na akong alam na gagawin kundi ang tumango bilang pagsang-ayon.

Nauna si nanay na naglakad sa akin, nakasunod lang ako sa kaniya kung saan niya man balak kami mag-usap. Hindi ko naman mapigilan ang mapalingon kung saan nakatayo si Adi, doon ko lang napagtanto na nakamasid pala ito sa bawat hakbang na aking gagawin. Ilang sandali pa, napahinto ako sa aking kakalakad nang naramdaman kong huminto si nanay sa may upuan sa gilid ng café.

Tahimik lang ako, naghihintay sa nais niyang aminin sa akin kung mayroon man. Ayaw ko siyang pangunahan dahil ayaw kong matulad na naman noon na hindi ako marunong makinig kaya naging mas kumplekado ang mga bagay na dapat ay maaayos pa.

Bago magsalita si nanay, hindi nakaiwas sa aking tainga ang malalim na pagbuntong niya ng hininga.

Saka niya ako tiningnan ng seryoso, nabahala naman ako sa tingin niyang iyon.

"Anak," tawag niya sa akin. "Alam kong nagtataka ka kung bakit basta-basta na lang akong nagpapakita pagkatapos no'ng nangyari sa inyo ni Clifton. Siguro alam mo na rin na... matagal na akong umalis sa kanila—" Agad ko namang pinutol ang paliwanag niya dahil nanggigil akong alamin ang katotohanan.

"Bakit hindi niyo na lang ako diretsuhin, 'nay?" Nagulat ito sa pagputol ko sa kaniyang paliwanag. Makikinig dapat ako, e, pero hindi ko talaga mapigilan ang hindi mag-react. "Bakit kayo magkakakilala ni Adrian? Bakit no'ng tinawag mo siya sa ikalawa niyang pangalan ay para bang ang lapit niyo sa isa't isa—" Sa puntong ito, siya naman ang nagkaroon ng lakas ng loob para hindi ako patapusin sa aking sinasabi.

"Anak ko si Adrian, Talia," putol niyang pag-amin na aking ikinabingi. Natameme ako sa narinig, tila ako ay nawawalan ng lakas sa aking nalaman.

Hindi na nagsalita pa si nanay matapos niyang sabihin iyon, tila ba hinayaan niya muna akong intidihin muna ang pinahiwatig niya. Natulala lang ako sa nagawang aminin ni nanay Maria sa akin, may bigla namang pumasok sa isipan ko na mga alaalang senyales dapat pero binalewala ko lang.

"May anak din akong nag-aaral sa kolehiyo, lalaki... kasing edad mo rin."

"Kung ang anak ko ang pasasabihin, Talia... alam kong gagawin din niya ang ginagawa ko sa iyo ngayon."

"Sana magustuhan mo rin ang anak ko para hindi ka na maging tanga kay Clifton, ano?"

"Naiintindihan naman ng anak kong iyon na kailangan mo talaga ng pera, kaya ayos lang kahit hindi mo na bayaran."

Napatakip ako sa aking bibig nang magawa kong balikan ang mga sinabi niya sa akin tungkol sa anak niyang babae. Kaya pala ang bait ng anak niyang iyon k-kasi siya si... Adi? Bakit hindi ko man lang naisip na posible itong mangyari?

Sa loob ng mahabang panahon ng pagsasama namin ni nanay sa trabaho, nagawa niyang ilihim sa akin ito? Napabalik ako sa realidad nang magsalita itong muli na siyang mas lalong ikinagulo na aking utak.

"Si Adrian ang dahilan, Talia, kung bakit ako nagtratrabaho sa mga Del Franco," amin niya, unti-unti naman akong napanganga. Bakit? Iyan lamang ang tanong na pabalik-balik ngayon sa aking isipan. "Nalaman niya kasing doon ka nagtratrabaho, kaya nakiusap siya sa akin na magtrabaho rin doon para gabayan ka... lalo na't alam niyang hindi ka trinatrato ng tama ni Clifton," dagdag niyang eksplinasyon na pagkunot noo lamang ang aking ginawa, napahawak naman ako sa aking dibdib dahil kumirot ito nang bahagya. "Gusto ka na ni Adrian, Talia, kahit na hindi mo siya napapansin noon o nakikita kasi nga 'di ba, busy ka sa kakahabol sa kaibigan mo—" I cut her off.

"B-bakit niyo nilihim sa akin 'to, 'nay?" putol kong tanong sa kaniya, she shrugged.

"Ayaw kong pangunahan si Adrian. Isa pa, siya dapat ang gagawa nito... ang aminin sa iyo ang lahat. Ako lang ang gumawa kasi alam kong naguguluhan na rin ang anak kong iyon," she replied meaningfully, nanatili lang akong nakatitig dito. "Umalis ako kina Clifton kasi umalis ka rin. Kinabukasan no'n, agad akong nagpaalam na titigil na sa trabaho, hindi sana sila papayag kaso wala na silang magagawa sa aking desisyon. Kahit sila... Talia, hindi nila ito alam," patuloy niyang paliwanag sa akin, nakikinig lang ako sa kaniya. "Mahal ka ng anak ko, Talia. Lahat ng mga bagay na binibigay ko sa iyo... sa kaniya iyon galing. Ewan ko, pero naawa na ako kay Adrian–kaya ako na mismo ang humanap ng way para magtagpo tayo ulit... kaso sa maling paraan nga lang." Hindi ko alam pero mas lalo akong nasaktan sa aking narinig mula kay nanay, lalo na't nagsimula na siyang umiyak. Naiintindihan ko naman e, ang hindi ko lang gets ay kung bakit pati siya ay nagawa niyang maglihim sa akin sa loob ng mahabang panahon. "Talia, huwag ka sanang magagalit sa anak ko, hindi niya kakayanin. Sana wala pa ring magbabago pagkatapos ng lahat. Sana hayaan mo pa rin siyang mahalin ka," pakikiusap niya, iling lang ako nang iling. Yumuko ako para hindi ako masyadong masaktan sa itsura niya ngayon habang nagmamakaawa sa akin.

Why all these things happens to me? Bakit kailangan sa akin pa mangyari ang lahat ng 'to? Gano'n ba ako kamahal ng tadhana kasi nagawa niya akong saktan at paglaruan nang paulit-ulit na lang?

A moment after, bigla ko na lamang naramdaman ang dalawang kamay ng aking ina-inahan na nakahawak sa akin. Napaangat ako ng tingin dito, saka ko lang nakita na titig na titig siya sa akin

"Hindi ko alam, 'nay. Naguguluhan na ako," nalilito kong tugon sa hiniling niya sa akin kanina.

"Anak, Talia." Pilit ko siyang intindihiin kaso hindi ko talaga alam kung papaano. Naguguluhan na ako sa lahat ng nangyayari. "Nakikiusap ako, sa akin... sa akin ka magalit 'wag lang kay Adrian. Nagmamakaawa ako, Talia. I can't afford to see him again na nakahilata sa hospital bed dahil sa iyo," pagmamakaawa niya na ikinahawak ko sa banda ng aking dibdib, bumilis naman ang tibok nito.

Dahan-dahang napaawang ang aking bibig, tila nanatili lang sa tainga ko ang nasabi ni nanay sa akin. Why she said that to me? Ano ang nais niyang ipahiwatig?

Sinalubong ko ang kaniyang tingin, napalunok naman ito sa aking ginawa. Parang pinagsisihan niya na nadulas niyang banggitin iyon.

"W-what did you s-say?" nauutal kong tanong.

"Ah..."

"'Nay?!" malakas na tawag ng isang boses lalaki sa kaniya dahilan ng mapalingon kami pareho rito.

Mabilis namang dumalo si Adrian sa kinaroroonan namin. Mas nagulat naman ako sa sunod niyang ginawa nang bigla niyang hawakan ko at nais sana akong ilayo sa ina niya, kaso nagawa niya pa rin kaming pigilan ni nanay.

"Crisanto, Anak… hayaan muna natin si Talia na makapag-isip. Halika, uuwi muna tayo, please?" Napahinto si Adi sa panhahagit niya sa akin, napatingin kami kay nanay na ngayon ay labis nagmamakaawa sa anak nito.

May kung ano naman sa puso ko ang hindi nakampante lalo na't sobrang kakaiba na ng aking nararamdaman, hindi ko lang pinapahalata.

"Are you d-dying?" natatakot kong tanong kay Adi.

"Talia," iyan lang ang lumabas sa kaniyang bibig.

"Mamatay ka ba? Iiwan mo ako?" straight kong tanong dito, natawa naman siya.

"No, of course not!" he exclaimed, pero hindi ako kumbinsido sa kaniyang tugon. "Sino ang nagsabi sa iyo na iiwan kita?" Hindi ko siya sinagot, paghilot sa aking sentido lamang ang aking nagawa. "'Nay, tinatakot niyo si Talia, e," baling na wika niya sa kaniyang ina, mas lalo namang napaiyak si nanay sa sinabi nito.

"Bakit hindi mo na lang sabihin sa kaniya, Anak? Hindi ka ba napapagod sa kasinungalingan mo? Sa kakasabi mo na maayos ka kahit hindi naman?"

"'Nay, ang tibay ko kaya. Ang lakas ko nga, oh," pilit niyang sabi rito, umakto naman siya na talagang malakas ito.

Ewan, pero natagpuan ko na lamang ang aking sarili na umiiyak na rin. Bakit ganito kasakit? Bakit kailangan pang dumating sa punto na may isa sa amin ang… no! Mali ang iniisip ko.

Nanghina pa ako lalo nang marinig ko pa ang reklamo ni nanay kay Adrian na siyang ikinahina ng aking mga tuhod. He really lied to me. And why?

"Oo, malakas ka! Pero, Crisanto, ilang buwan ka nang walang treatment. Ilang buwan ka ng hindi nagpapatingin. Ano'ng gagawin ko, ha? Maging panatag? Anak, I can't. Hindi ko kakayanin," iyak na sabi ni nanay rito. Wala na akong sinayang pa na oras kundi ang talikuran sila at takbuhan ang katotohanang aking narinig mula rito.

"Ulan?"

"Talia," pigil na tawag nila sa akin kaso hindi na ako nag-abala pang lingunin at pakinggan ang mga ito. Ang sakit lang kasi. Hindi ko kaya. Hindi.

Lakad lang ako nang lakad kahit saan man ako balak dalhin ng aking mga paa. Gusto kong makalayo. Gusto kong pansamantalang makatakas. Nahihirapan na ako, ang hirap na.

Napatigil ako sa kakalakad ko nang marinig ko ang yabag ng sapatos na sumusunod sa akin, alam ko kung sino iyon kaya naisipan kong huminto. Pagkahinto ko ay unti-unti ko siyang hinarap. Nang magawa ko na ang humarap sa kaniya, doon ko napagtanto na ang sobrang lungkot ng kaniyang itsura. This is my first time seeing him like this. Ang masakit pa... ako ang unang nakagawa nito sa kaniya.

"Bakit hindi mo ako iwan ngayon? Doon ka naman patungo, 'di ba?" diretso kong wika na mas lalong ikinapait ng reaksyon nito sa kaniya mukha. I didn't mean to say that, pero nagawa ko. "Bakit mo ako niloko? Bakit ka naglihim, Adi?"

"Dahil mahal kita—"

"Letseng pagmamahal na 'yan! Hindi kita natutulungan, oh. Sa katunayan, pinalala ko lang ang sakit mo kung anuman iyon," galit na putol kong tugon dito. Hinintay ko siyang magsalita kaso nagulat ako nang hawakan niya ang kaniyang buhok. My lips parted slowly nang makita kong dahan-dahang tinanggal niya iyon. He's wearing a wage? "A-ano ang gingawa mo?" puno ng takot kong tanong sa kaniya.

I lost my words when I saw him na tuluyang tinanggal ang buhok na hinawakan niya. Doon na ako tila nawawalan ng hininga. Napatakip ako sa aking bibig nang mapagtanto kong wala ng ni isang buhok ang natira sa kaniyang ulo.

"Pogi pa rin ba ako?" naakangiti niyang tanong na aking ikinahagulgol.

"Adi," iyan lang nasabi ko, saka walang pasabing niyakap ito. Naramdaman ko naman na tumugon siya sa yakap ko na nagpahagulgol sa akin nang sobra.

"O-oh my God." Iyak lang ako nang iyak sa gitna ng yakapan naming dalawa not until… siya mismo ang kumalas at pinaharap ako sa kaniya.

"I have leukemia, stage 4," kalmado niyang sabi na ikinailing-iling ko dahil ayaw kong paniwalaan iyon. "Ang cute ng sakit ko, 'di ba?" natatawa niyang tanong na ikinagalit ko rito.

"Tang*na, Adrian! Bakit mo inilihim sa akin 'to? Bakit 'di mo sinabi na may sakit ka?" I exclaimed.

"Ayaw kong makita ang future girlfriend ko na dadalawin ako sa hospital at nakahiga sa litseng higaan doon," paliwanag niya sa akin, sapo na ng mga kamay niya ang aking mukha.

"Why are you acting na malakas ka which is kung hindi naman pala?"

"Bakit? Kung magiging mahina ako, sino ang magsisilbing lakas mo sa tuwing ginag*go ka ni Del Franco? Talia, ayaw ko no'n, kaibigan mo ako, e. Kaya dapat sagot kita," he replied. Napahilamos siya sa kaniyang mukha, para bang pati siya ay hindi niya rin ginusto ang nangyayari sa kaniya ngayon.

Hinawakan ko siya sa dalawa niyang kamay. Pilit ko naman itong pinapatingin sa akin. Nais kong ipaalam sa kaniya na kasama niya ako, hindi siya nag-iisa.

"Magpapagaling ka. Magpapa-treatment, chemo o ano pa," payo ko rito, pilit akong ngumiti kahit ang sakit-sakit na. "Magpapagaling ka kasama ako—" patuloy kong payo na nagawa niyang putulin.

"Malala na sakit ko, Ulan. May taning na buhay ko," he replied, my world's collide.

Is he really going to leave me? No! Hindi ako papayag. Nasaktan na nga ako sa unang pag-ibig ko, pati ba naman sa huli?

Bakit parang wala siyang sakit sa tuwing kaharap niya ako? Bakit ang sigla-sigla niya? Kaya hindi ko talaga alam kung papaano siya papaniwalaan. Is that the most of the ok people that we know is broken inside? Ang mga taong sa tingin natin ay maayos, sila pala ang mga taong may dinaramdam. Isa si Adrian sa mga taong iyon.

"Adrian." Nginitian niya ako gamit ang pinakamatamis na ngiti na ikinapogi niya.

Ubos man ang mga buhok nito, hindi naman nababawasan ang nararamdaman ko para sa kaniya. This man willing to sacrifice everything for my own good. Ang s'werte ko kasi mayroong nag-iisang siya ang ipinakilala sa akin ng Panginoon.

"Mahal kita, alam mo ba 'yon? I can give up everything just for you. Naging mabuti ako para sa iyo. Naging maayos dahil ayaw kong magsi-settle ka sa mga less na bagay na hindi mo deserve," he whimpered, tumango naman ako bilang pagsang-ayon.

"Hindi ka mamatay. Hindi ka mamatay dahil sa sakit mo," pilit kong paalala sa kaniya.

"Mahal kita, Talia," wika niya na ikinatuwa ng puso kong umiiyak dahil sa pangambang baka ito na ang huling beses na bigkasin niya ang mga katagang ito sa akin.

"Mahal din kita," I replied and hugged him tightly.

"Please, be with me," pakiusap niya na agad kong ikinatango.

If being with him will help him to endure the pain he's been dealing with, papayag ako nang walang pag-aalinlangan.

"I will–" putol kong sabi… at saka ko lang na namalayan na nasa gitna pala kami ng kalsada dahil sa sobrang liwanag ng ilaw na tumama sa amin pareho.

"Taliaaaaaa!" malakas niyang sigaw dahilan ng mapayakap ito sa akin. Pero huli na. Huli na nang maramdaman ko na lang bigla ang pagtilapon ng katawan ko kasama siya.

Sobrang bilis ng pangyayari, akala ko simpleng busina lang iyon ng sasakyan kaso… hindi pala. If this is the last time and the end of our story… mas gugustuhin ko pang mangyari ito kaysa sa makita si Adrian na dahan-dahang mawawala sa akin dahil sa t*nginang sakit niya.

I slowly open my eyes and feel the pain I have right now. Nang maibuka ko ang aking mga mata ang mukha ni Adrian na ngayon ay puno ng dugo at mahimbing na natutulog ang una kong nakita.

I love him, mahal ko siya. Tulad ng ginto, he's rare to be find and he's expensive. What ever may happens after this day, alam kong siya pa rin ang pipiliin ko. Hindi ahil pinaparamdam niya sa akin ang aking halaga, kundi pipiliin ko siya ulit dahil mahalaga siya sa akin.

Pilit kong inabot ang kamay nito na ngayon ay nababalot din ng dugo. Narinig ko naman ang mga sigawan sa paligid at napapalibutan kami ng mga tao. Tiningnan ko siya, saka nagawang bigkasin ng mahina ang tatlong kataga. As I slowly closed my eyes, napangiti ako nang maalala ko ang mga masasayang bagay na pinagdaanan namin pareho. He is a blessings in disguise. Dumating siya sa buhay ko para iparamdam sa akin ang mga bagay na dapat ko lang talagang maramdaman. Nagmahal akong muli dahil sa kaniya. Ngayong nasasaktan ako at lumuluha, ito'y dahil din sa kaniya.

I was caught up on his presence. Sa presensya niya ako nahuli.... at handa akong makulong sa bisig ng kaniyang pagmamahal. Now I can finally have my rest. Ang pahingang matagal ko ng ninanais ay makakamtan ko na... kasama siya. Kasama ang nag-iisa kong ginto.

End of Book II

About the Author

Maria Felomina

Maria Felomina is the almost-name of Josa Mae Villarin Pimentel; she used that to be her pen name to hide her identity before. Since she was 17 years old, she has dreamed of becoming a writer and sharing her stories with others. She uses her pen to save someone's life from loneliness and pain because that saves her too. All the stories that she wrote were inspired by her dreams (panaginip) and life experiences (karanasan). She keeps on dreaming and never tries to stop. On December 1, 2021, she became a registered author on the National Book Development Board—Philippines and is now a published author with three (still counting) published books.

www.ingramcontent.com/pod-product-compliance
Lightning Source LLC
LaVergne TN
LVHW041704070526
838199LV00045B/1189